சார்லி சாப்ளின்

சார்லி சாப்ளின்

பி பி கே பொதுவால்

தமிழில்: யூமா வாசுகி

Charlie Chaplin (in Tamil)
(Biography)
PPK Poduval
Translated from Malayalam : **Yuma vasuki**
First Edition: December, 2014 | Second Print: November, 2016

Published by
BOOKS FOR CHILDREN
im print of Bharathi Puthakalayam

7, Elango Salai, Teynampet, Chennai - 600 018
Email: thamizhbooks@gmail.com
www.thamizhbooks.com

சார்லி சாப்ளின்
பி பி கே பொதுவால்

மலையாளத்திலிருந்து தமிழில்: **யூமா வாசுகி**

முதல் பதிப்பு: டிசம்பர், 2014 | இரண்டாம் அச்சு: நவம்பர், 2016

வெளியீடு:

புக்ஸ் ஃபார் சில்ரன்
பாரதி புத்தகாலயத்தின் ஓர் அங்கம்

7, இளங்கோ சாலை, தேனாம்பேட்டை, சென்னை - 600 018
தொலைபேசி : 044 24332424, 24356935 விற்பனை: 24332924

விற்பனை உரிமை

7, இளங்கோ சாலை, தேனாம்பேட்டை, சென்னை - 600 018
திருவல்லிக்கேணி: 48, தேரடி தெரு | **பெரம்பூர்:** 52, கூக்ஸ் ரோடு
வடபழனி: பேருந்து நிலையம் எதிரில் அடையார் ஆனந்தபவன் மாடியில்
ஈரோடு: 39, ஸ்டேட் பாங்க் சாலை | **திண்டுக்கல்:** பேருந்து நிலையம்
நாகை: 1, ஆரியபுத்திரபிள்ளை தெரு | **திருப்பூர்:** 447, அவினாசி சாலை
திருவாளூர்: 35, நேதாஜி சாலை | **சேலம்:** பாலம் 35, அத்வைத ஆஸ்ரமம் சாலை,
சேலம்: 15, வித்யாலயா சாலை | **மயிலாடுதுறை:** ரசாக் டவர், 1J, கச்சேரி சாலை
அருப்புக்கோட்டை: 31, அகமுடையார் மகால் | **நெய்வேலி:** சி.ஐ.டி.யூ அலுவலகம்,
மதுரை: 37A, பெரியார் பேருந்து நிலையம் | **மதுரை:** சர்வோதயா மெயின்ரோடு,
குன்னூர்: N.K.N வணிகவளாகம் பெட்போர்ட் | **செங்கற்பட்டு:**1 டி., ஜி.எஸ்.டி சாலை
விழுப்புரம்: 26/1, பவானி தெரு | **திருநெல்வேலி:** 25A, ராஜேந்திரநகர், பாளையங்கோட்டை
விருதுநகர்: 131, கச்சேரி சாலை | **கும்பகோணம்:** ரயில் நிலையம் அருகில்
வேலூர்: S.P. Plaza 264, பேஸ் மிமி, சத்துவாச்சாரி | பேருந்து நிலையம் அருகில்,
தஞ்சாவூர்: காந்திஜி வணிக வளாகம் காந்திஜி சாலை | **விருதாசலம்:** 511A, ஆலடி ரோடு
திருச்சி: வெண்மணி இல்லம், கரூர் புறவழிச்சாலை | **பழனி:** பேருந்து நிலையம்
தேனி: 12,பி, மீனாட்சி அம்மாள் சந்து, இடமால் தெரு
கோவை: 77, மசக்காளிபாளையம் ரோடு, பீளமேடு | **தி.மலை:** முத்தம்மாள் நகர்,
நாகர்கோவில்: கேவ் தெரு, டோத்தி பள்ளி ஜங்ஷன்
சிதம்பரம்: 22A/18B தேரடி கடைத் தெரு, கீழவீதி அருகில்

நினைத்த நூல்கள்... நினைத்த நேரத்தில்...

thamizhbooks.com ⓘ 9498002424

அச்சு : கணபதி எண்டர்பிரைசஸ், சென்னை – 5

மிகப் பெரும் புகழ் பெற்ற உலகத் திரைப்பட மேதை சார்லி சாப்ளின். இவரது இளம்பருவ வாழ்க்கை துயரம் நிரம்பியது. அந்த வாழ்க்கையின் துன்பங்களிலிருந்துதான் இவர் தன் பிற்கால உயர்வுக்கான அடிப்படைகளை சேகரித்துக்கொண்டார். சாப்ளினுடைய திரைப்படங்கள் வானுயர்ந்த கோபுரங்களாக எழுந்து நிற்கின்றன. அவை எண்ணற்ற ரசிகர்களை இன்றும் தம் வசம் ஈர்த்தபடி இருக்கின்றன.

சாப்ளின், தன் திரைப்படங்கள் வாயிலாக, தன் நடிப்பாற்றல் வாயிலாக, தன் கருத்துகளின் மூலமாகவும் இன்றும் நம் அன்பில் வாழ்கிறார்.

இந்த உலக மகா கலைஞரைப் பற்றி மலையாளத்தின் இளம் வாசகர்களுக்கு எழுதியிருக்கிறார் பி பி கே பொதுவால். அதன் மொழிமாற்ற வடிவம் தமிழ் சிறுவர்களுக்காக. ஆயினும், அனைவருக்குமானது இது.

பொருளடக்கம்

கஷ்ட தினங்கள்

"நண்பர்களே, நீங்கள் ஒரு அதிசயத்தைப் பார்க்க வேண்டுமா? வாருங்கள், இங்கே பக்கத்தில் வாருங்கள். பாருங்கள், நான் இந்த நாணயத்தை விழுங்கப்போகிறேன். பிறகு என்ன நடக்கிறது என்று பார்த்துப் புரிந்துகொள்ளுங்கள்!"

தன் சின்ன நண்பர்கள் பார்த்துக்கொண்டிருக்கும்போது, ஸிட்னி என்னும் பெயருடைய அந்தச் சிறுவன் நாணயத்தை வாயில் போட்டு விழுங்குவதாக நடித்தான். அதைத் தொடர்ந்து கைகளாலும் சில சேட்டைகள் காட்டினான். அடுத்த நொடி, விழுங்கிய நாணயம் அதோ ஸிட்னியின் மூக்கின் வழியே வெளியே வருகிறது! வியப்பு தாளாமல் குழந்தைகள் வாய் திறந்து நின்றுவிட்டார்கள்.

ஸிட்னிக்கு ஒரு தம்பி இருந்தான். நான்கு வயதுடைய அவன் பெயர் சார்லி. தன் அண்ணன் செய்த வித்தையை தானும் செய்து பார்க்க முடிவு செய்தான் அவன். அதற்காக அவன் அண்ணன் வீட்டில் இல்லாத நேரத்தைத் தேர்ந்தெடுத்தான். அம்மா உள்ளே ஏதோ வேலையாக இருந்தார்கள். ஆனால் சார்லி அந்த நாணயத்தை உண்மையாகவே விழுங்கிவிட்டான். தன் அண்ணனின் தந்திரங்கள் ஏதும் சார்லிக்குத் தெரியவில்லை. விழுங்கிய பிறகு இப்போது நாணயம் மூக்கு வழியாக வெளியே வரும் என்று அவன் நம்பினான். ஆனால், அந்த நாணயம்

ஹன்னா சாப்ளின்

அவன் தொண்டையில் சிக்கிக்கொண்டது. அவன் அலறிய அறலைக் கேட்டு அம்மா ஓடி வந்தார்கள். அவனைத் தலைகீழாகத் தூக்கி உதறினார்கள். நாணயம் வெளியே வந்து விழுந்தது. சார்லி, மரணத்திலிருந்து சிரமப்பட்டுத் தப்பித்தான்.

சார்லி என்னும் இந்தப் பையன் வளர்ந்து, மிகப் பெரிய நடிகரும் சினிமா மேதையுமான சார்லி சாப்ளினாக மாறினான். அவன் தன் இணையற்ற நடிப்புத் திறமையால் இந்த உலகத்தை வெற்றிகொண்டான். அந்தக் காலம் மௌனப் படங்களின் காலம். அன்று சார்லி நடித்த மௌனப் படங்களை இன்றும் நாம் பார்த்து ரசிக்கிறோம்; சார்லியுடன் சேர்ந்து சிரிக்கவும் அழவும் செய்கிறோம். சார்லி சாப்ளின் என்னும் பெயரைக் கேட்டாலே இன்றும் சினிமா ரசிகர்களுக்கு மெய் சிலிர்க்கும். தெற்கு லண்டனில் உள்ள வால்வர்த் என்னும் இடம்தான் சார்லி சாப்ளின் பிறந்த இடம். 1889 -ஆம் ஆண்டு, ஏப்ரல் 16 ஆம் நாள் இரவு ஏறத்தாழ எட்டு மணிக்குத்தான் அவர் பிறந்தார். அவரது முழு பெயர் 'சார்ல்ஸ் ஸ்பென்சர் சாப்ளின்' என்பதாகும். அவரது அம்மாவின் பெயர் ஹன்னா சாப்ளின். அப்பாவின் பெயர் சால்ஸ் சீனியர். சார்லி சாப்ளின் அம்மாவும் அப்பாவும் நடிகர்கள்.

சார்லிக்கு இரண்டு வயது இருக்கும்போது, தங்களுக்குள் கருத்து வேறுபாடு வந்து அம்மாவும் அப்பாவும் பிரிந்துவிட்டார்கள். ஹன்னாவின் முதலாம் திருமணத்தில் பிறந்த பையன்தான் ஸிட்னி. அவனுக்கு சார்லியையிவிட நான்கு வயது அதிகம்.

விக்டோரியா காலத்திய லண்டன் நகரத்தில் மோசமான சூழ்நிலை நிலவியது. பணக்காரர்களுக்கும் ஏழைகளுக்குமான வித்தியாசம் மிகவும் கடுமையாக இருந்தது. ஒருபுறத்தில் செல்வந்தர்களின் தனியான தீவுகள். மறுபுறத்தில் மனிதர்கள் புழுக்களைப்போல நெளிகின்ற தெருக்கள்.

எங்கு பார்த்தாலும் வறுமை, அசிங்கம், முறை மீறல்கள், குற்றச் செயல்கள். ஏழைகளின் வாழ்க்கை விலங்குகளின் வாழ்க்கையைவிடப் பரிதாபகரமாக இருந்தது.

அந்தச் சூழ்நிலையில்தான் குழந்தைகள் வளர்ந்தார்கள். ஆனால் ஹன்னா தன் கணவருடன் முரண்பட்டுப் பிரிவதற்கு முன்பு அவர்களின் வாழ்க்கை ஏறத்தாழ பாதுகாப்பானதாகத்தான் இருந்தது. லாம்பர்தில் அவர்களுக்கு மூன்று அறைகள் கொண்ட நல்லதொரு

சாப்ளின் சீனியர்

வீடு இருந்தது. ஹன்னா, சிறந்த நாடக நடிகை. அவர்கள் ஒரு பாடகியும்கூட. பெரும்பாலான நாட்களில் நாடக நிகழ்ச்சி இருக்கும். அப்படி முன்னோக்கிச் சென்றுகொண்டிருக்கும்போதுதான் ஹன்னா தன் கணவரைப் பிரியவேண்டி வந்தது. சாப்ளின் சீனியர் தீவிரமாகக் குடிப்பழக்கத்திற்கு ஆட்பட்டவர். தன் கணவரை விட்டுப் பிரிந்த பிறகு ஹன்னா தன் குழந்தைகளின் எதிர்காலத்தில்தான் தன் முழுக் கவனத்தையும் செலுத்தினார்.

ஸிட்னியும், சார்லியும் விளையாடி மகிழ்ந்து தொல்லையில்லாமல் வாழ்ந்து வந்தார்கள். ஒன்றிரண்டு வருடங்கள் அப்படிக் கடந்து சென்றன. திடீரென்று ஹன்னாவின் வாழ்க்கையில் புயல் வீசியது. நாடகத்திலிருந்து வரும் வருமானம் குறைந்தது. சார்லியின் தந்தை, அவனது பராமரிப்பிற்காக அனுப்பிக்கொண்டிருந்த சிறிய தொகையும் கிடைக்கவில்லை. வீட்டில் வறுமை நிலவியது. அப்படி இருக்கும்போது ஹன்னாவின் தொண்டையில் நோய் வந்துவிட்டது. அடிக்கடி தொண்டை அடைத்துக்கொள்ளும். குரல் வெளியே வராது. அதனால் அவர்களால் பாட முடியாமல் போனது. கதாநாயகியின் தோழியாகத்தான் ஹன்னா நடித்துக் கொண்டிருந்தார்கள். தோழி, பாட்டுப் பாடியும் தமாஷ் பேசியும் தன் எஜமானியை மகிழ்விக்க வேண்டும். ஹன்னாவிற்கு வந்த நோய் அவர்களின் நடிப்பு வாழ்க்கையைப் பாதித்தது. அடிக்கடி நிகழ்ச்சிகள் முடங்கின. எதிர்காலத்தைப் பற்றிய கவலையும் அவர்களின் ஆரோக்கியத்தைக் கெடுத்தது. ஆயினும் குழந்தைகளை வறுமை பாதிக்காமல் வளர்ப்பதற்கு முயன்றார்கள்.

அப்படி இருக்கும்போது ஒருநாள் அரங்கத்தில் பாடிக்கொண்டிருக்கும்போது ஹன்னாவின் குரல் திடீரென்று முற்றிலும் நின்றுபோனது. பார்வையாளர்கள் அமைதியிழந்தார்கள். அங்கொன்றும் இங்கொன்றுமாக முணுமுணுப்புகள் கிளம்பின. பிறகு ஒரே கூச்சல், இரைச்சல்... நாடக மேனேஜருக்கு என்ன செய்வதென்று தெரியவில்லை. மிகவும் பதற்றத்துடன் அவர் கையைப் பிசைந்துகொண்டிருந்தார். ஹன்னா அழுதபடியே ஒப்பனை அறைக்குச் சென்றுவிட்டார்கள். இப்போது மேடையில் யாரும் இல்லை. பார்வையாளர்களின் களேபரம் அதிகரித்துக்கொண்டிருந்தது. மேடையில் சிறு கற்கள் வந்து விழுந்துகொண்டிருந்தன. நாடக மேனேஜர் ஒரு நொடி யோசித்தார். தன் அம்மாவின் அருகில் இருந்த சின்னஞ்சிறிய சார்லியை மேடைக்குத் தள்ளிவிட்டார்!

ஐந்து வயதுகூட நிறைந்திராத அந்தக் குழந்தை மேடையில் என்ன செய்வான்? ஆயினும் சார்லி மேடைக்கு வந்ததும் கூச்சல் கொஞ்சம் அடங்கியது. தன் முன்னால் மக்கள் கூட்டத்தைக் கண்டபோது சார்லிக்கு சுவாரஸ்யமாக இருந்தது. ஏற்கனவே தன் அம்மா தனக்குச் சொல்லிக் கொடுத்த ஒரு பாட்டை அவன் நல்ல ராகத்தில் இப்போது உரக்கப் பாடினான். பார்வையாளர்கள் அதைக் கேட்டு ரசித்தார்கள்.

கைதட்டிப் பாராட்டினார்கள். அப்போது சார்லி மற்றொரு பாட்டையும் பாடினான். அதையும் கேட்டு மகிழ்ந்த பார்வையாளர்கள் நாணயங்களை அன்பளிப்பாக சார்லியை நோக்கி எறியத் தொடங்கினார்கள். சார்லி, 'கொஞ்சம் பொறுங்கள்' என்று சைகை செய்து, மேடையில் வந்து விழுந்த நாணயங்களைப் பொறுக்கத் தொடங்கினான். அதற்கிடையில் மேனேஜர் வந்து நாணயங்களைப் பொறுக்க முற்பட்டபோது, இவை எல்லாம் என்னுடையவை என்னும் அர்த்தத்தில் சார்லி அவரைத் தடுத்தான். சார்லியின் அசைவுகளும், முகபாவங்களும் பார்வையாளர்களுக்குச் சிரிப்பை வரவழைத்தன. அவன் நாணயத்தைப் பொறுக்குவதைக்கூட நல்லதொரு நகைச்சுவைக் கலை நிகழ்ச்சியாகப் பார்வையாளர்கள் மிகவும் ரசித்தார்கள். அத்துடன் நாணயங்கள் மேலும் மேலும் சார்லியை நோக்கி வந்து விழத்தொடங்கின. பார்வையாளர்கள் ஹன்னாவை மறந்தார்கள். இந்த வகையில், சின்னச் சார்லியின் நடிப்பு என்றும் மறக்க முடியாதபடி அமைந்தது.

மறுநாள் முதல் அவன் நாடக மேடையில் அடிக்கடித் தோன்றினான். சார்லியின் எந்த அசைவிற்கும் ஒரு அழகு இருந்தது. பார்வையாளர்கள் கொடுத்த உற்சாகத்தில் அவன் என்னென்னமோ சேட்டைகள் காட்டினான். ஆனால் விவரம் தெரியாத ஒரு குழந்தையை வைத்துக்கொண்டு ஒரு நாடகக் குழு எத்தனை நாள்தான் தாக்குப் பிடிக்க முடியும்? மானேஜர் பொறுமையிழந்தார். ஹன்னாவின் பேசும் திறன் இன்னும் முழுமையாகத் திரும்பி வரவில்லை. அதனால் மேனேஜர் அம்மாவையும், மகனையும் நாடகத்திலிருந்து அனுப்பிவிட்டார். தன் மகன்களின் எதிர்காலத்தை நினைத்து ஹன்னா மிகவும் துயறுற்றார்கள்.

கொஞ்சம் கொஞ்சமாக வறுமையின் பிடி இறுகியது. சேர்த்து வைத்திருந்த பணம் எல்லாம் தீர்ந்தது. கணவருக்கும் தனக்கும் இடையிலான வழக்கை நடத்தவும் முடியவில்லை. அவர்கள் மூன்று அறைகள் உள்ள வீட்டை விட்டுவிட்டு இரண்டு அறைகள் உள்ள வீட்டிற்கு வந்தார்கள். கடைசியில் ஒரு அறை மட்டுமே உள்ள சின்னஞ் சிறிய வீட்டில் வாழவேண்டிய கட்டாயம் ஏற்பட்டது.

தன் குழந்தைகளை வளர்ப்பதற்காக ஹன்னா, வீட்டுப் பொருட்களையெல்லாம் ஒவ்வொன்றாக விற்றார்கள். ஆடை ஆபரணங்களையும், மேசை நாற்காலிகளையும், கட்டிலையும், போர்வை தலையணையைக் கூட விற்க வேண்டி வந்தது. ஆனால் மிகக் கடுமையான பொருளாதார நெருக்கடி இருந்தாலும் ஹன்னா நாடகப் பொருட்களை விற்க முற்படவில்லை. என்றாவது தன் குரலைத் திரும்பப் பெற்றுவிடுவோம் என்று அவர்கள் எதிர்பார்த்தார்கள். அப்படிக் குணமான பிறகு அணிவதற்காக நாடகத்திற்கான உடைகளையும் கருவிகளையும் அவர்கள் பத்திரமாக வைத்திருந்தார்கள். ஆனால், பிற்பாடு ஒருபோதும் ஹன்னாவின் ஆசை நிறைவேறவில்லை. எனவே

அவர்கள் மற்ற வேலைகளைச் செய்யத் தொடங்கினார்கள். செய்தித்தாள் விற்றும், சில்லறை வேலைகள் செய்தும் ஸிட்னியும் ஏதாவது சம்பாதிப்பான். ஆனால், அன்றாடச் செலவுகளுக்கு அது போதவில்லை. அதுமட்டும் அல்ல, பள்ளிக்குச் செல்லாமல் வேலை வேலை என்று பிள்ளைகள் அலைந்து திரிவதும் சரியில்லை அல்லவா.

சார்லியின் அப்பா, இப்போது வேறொரு பெண்ணோடு வாழ்ந்து வந்தார். அவரது குடிப்பழக்கமும் அதிகரித்தது. சார்லியைப் பராமரிப்பதற்கான பொறுப்பிலிருந்து அவர் முற்றிலும் விடுபட்டுவிட்டார். ஆனால் ஹன்னா, அவர்களின் அப்பாவைப் பற்றிய விவரங்களைக் குழந்தைகளிடம் சொல்வதில்லை. குடும்பத்தின் வறுமையையும் தன் குழந்தைகளிடமிருந்து மறைத்தார் ஹன்னா. தன் குழந்தைகளின் முன்னால் மகிழ்ச்சியாகத் தோன்றுவதற்குப் பெரிதும் முயன்றார்கள்.

ஹன்னா தற்செயலாக உருவாக்கிய ஒரு சாதாரண உடல் அசைவுகூட அந்தக் குழந்தைகளுக்கு நடிப்புக் கலையின் அரிய பாடமாக அமைந்தது. 'மௌன நடிப்பிற்கான திறமையை நான் என் அம்மாவிடமிருந்துதான் கற்றுக்கொண்டேன்' என்று சாப்ளின் பிற்பாடு எழுதியிருக்கிறார். தன் குழந்தைப் பருவ நினைவுகளை சார்லி எக்காலத்தும் மறக்கவில்லை. வேலை எல்லாம் முடிந்து சன்னலருகில் தெருவைப் பார்த்தபடி அமர்ந்திருப்பார்கள் ஹன்னா. தெருவில் செல்பவர்களின் உடல் அசைவுகளையெல்லாம் மிகவும் கூர்மையாகக் கவனிப்பார்கள். அப்போது ஹன்னாவின் கைகளும், கண்களும், உதடுகளும் பலவகையில் அசையும். பிறகு அவர்கள் தன் குழந்தைகளின் முன்னால் தான் கண்ட தெரு வாழ்க்கையை நகைச்சுவையாக நடித்துக்காட்டுவார்கள். ஸிட்னியும், சார்லியும் அம்மாவைப் பின் பற்றி கண்களையும், கைகளையும் மிகவும் திறமையாகப் பயன்படுத்தக் கற்றுக்கொண்டார்கள். இந்த வகையில் அவர்கள் மௌன நடிப்பில் இணையற்ற திறமை பெற்றார்கள்.

ஒரு நாள் சன்னல் பக்கத்திலிருந்து தெரு வாழ்க்கையைப் பார்த்துக்கொண்டிருந்த ஹன்னா திடீரென்று சொன்னார்கள்: "அதோ போகிறார் பில்ஸ்மித். கால்களை தூக்கி இழுத்து வைத்துப் போகிற அந்த நடையைப் பார்த்தீர்களா? தன் மனைவியுடன் சண்டையிட்டுச் செல்கிறார் பாவம்! காலையில் எதுவும் சாப்பிட்டிருக்கவில்லை. டீயும் பன்னும் சாப்பிடுவதற்காகத்தான் போகிறார்."

அது நூறு சதவிகிதமும் சரிதான் என்று பிறகு தெரிந்தது. பில் தன் மனைவியுடன் சண்டை போட்டுத்தான் சென்றுகொண்டிருந்தார். வீட்டில் காலையில் அவர் எதுவும் சாப்பிட்டிருக்கவும் இல்லை. தன் கூர்ந்து கவனிக்கும் ஆற்றலின் காரணத்தால் ஹன்னா, தனக்கு அறிமுகமானவர்களைப் பற்றிய பல விஷயங்களையும் இப்படிச் சரியாகச் சொன்னார்கள்.

ஹன்னா, கதை சொல்வதில்கூட மிகவும் அரிதான திறன் பெற்றிருந்தார்கள். ஒரு சமயம் சார்லிக்கு ஏதோ உடல் நிலை சரியில்லை. ஸிட்னி இரவுப் பள்ளிக்குச் சென்றிருந்தான். அதனால் வீட்டில் அம்மாவும் சார்லியும் தனியே இருந்தார்கள். "ஒரு கதை சொல்லுங்கள் அம்மா…" என்று கேட்டான் சார்லி. அம்மா ஒரு பைபிள் கதையைச் சொல்லத் தொடங்கினார்கள். கதையின் சில சூழ்நிலைகளில் ஹன்னா தன்னையும் மறந்தார்கள். அப்படிப்பட்ட ஒரு நிலையில் அவர்கள் சொன்னார்கள்: "பார் மகனே, யேசு நம் முன்னால் வந்து நிற்பதை நீ பார்க்கவில்லையா? என் தந்தையே, என் தந்தையே ஏன் என்னை நீங்கள் கைவிட்டீர்கள் என்று முணுமுணுத்துக்கொண்டு, யேசு இப்போது கோல்கதா மலை ஏறுகிறார். பார் மகனே, எவ்வளவு மனித உணர்ச்சிகள் அந்த முகத்தில் தெரிகிறது! எல்லா மனிதர்களையும்போல, சந்தேகங்கள் மிசியாவையும் பீடித்தன."

அந்த நொடியில் சின்னச் சார்லி உலகத்தை மறந்தான்.

"மிசியாவைப் போல நானும் இறக்க வேண்டும் அம்மா!"

"வேண்டாம் மகனே, முதலில் வாழ்க்கை. பிறகுதான் மரணம்." அம்மா தன் மகனைச் சமாதானப்படுத்தினார்கள். யேசுவின் ஆன்மிகமான இருப்பை சார்லிக்குக் காட்டிக் கொடுத்தது, ஹன்னாவின் தனித்துவமான கதை சொல்லும் தன்மையும், நடிப்புத் திறமையும்தான். அன்றிலிருந்து சார்லியின் மனதில் யேசு என்பது அன்பு மற்றும் கருணையின் உருவமாகப் பதிந்தது. அவன் இதயம் நேசத்தின், சகஜீவிகளின் மீதான அன்பின் உறைவிடமாக மாறியது.

ஆயாவாகவும், வேலைக்காரியாகவும் ஹன்னா மற்ற வீடுகளில் வேலை செய்தார்கள். நாடகத்திற்கு வேண்டிய உடைகளை தைக்கச் செய்வதற்காக ஒரு தையல் இயந்திரம் வாங்கியது கஷ்டகாலத்தில் உதவியது. எவ்வளவு கஷ்டப்பட்டாலும் தன் குழந்தைகளை நன்றாக வளர்க்க வேண்டும் என்று மிகவும் உறுதியுடன் இருந்தார்கள் ஹன்னா.

ஆனால், நினைத்ததுபோல காரியங்கள் அவ்வளவு சுலபமாக இல்லை. இடைவிடாத தலைவலி ஹன்னாவைத் துன்புறுத்தத் தொடங்கியது. கொஞ்சம் கொஞ்சமாக அந்த வலி, சகித்துக் கொள்ள முடியாத அளவிற்கு அதிகரித்தது. மனதின் துயரம் அதிகரிக்கும்போது தலைவலியும் அதிகரிக்கும். பிறகு ஒன்றும் செய்ய இயலாது. சூரிய ஒளி படாமல் இருட்டறையில் இருக்க வேண்டி வரும். அப்படியிருக்கும்போது கடைக்காரன் வந்து தையல் இயந்திரத்தை எடுத்துக்கொண்டு போய்விட்டான்.

ஸிட்னி அந்தக் காலத்தில் பள்ளி செல்லத் தொடங்கியிருந்தான். காலையிலும், மாலையிலும் அவன் வேலை செய்து கொண்டு வருகிற சிறிய தொகையில்தான் இப்போது வாழ்க்கை மிகச் சிரமத்துடன் நகர்ந்துகொண்டிருந்தது.

ஒருநாள் அவன் செய்தித்தாள் விற்கும்போது, ஆளற்ற ஒரு பேருந்தில் ஒரு பணப்பை கிடைத்தது. யாருக்கும் தெரியாமல் அதை அம்மாவிடம் கொண்டு வந்து கொடுத்தான் அவன். அது முழுதும் டாலர் நோட்டுக்கள் இருந்தன. எல்லாப் பணத்தையும் வெளியே எடுத்த பிறகும் பை கனத்தது. பார்த்தால், பையின் உள்ளே இருந்த ரகசியப் பகுதியில் தங்க நாணயங்கள். தங்களுடைய கஷ்டங்களைப் பார்த்து மனம் இரங்கிய கடவுள்தான் அதைக் கொடுத்தார் என்று ஹன்னா தன் குழந்தைகளை நம்ப வைத்தார்கள். மனசாட்சியின் உறுத்தல் இல்லாமல் அது முழுவதையும் அவர்கள் குழந்தைகளுக்காக செலவிட்டார்கள். நல்ல உணவுகள், போதுமான அளவு உடைகள், உல்லாசப் பயணங்கள் எல்லாம் சேர்ந்து மகிழ்ச்சியான நாட்கள். பணம் விரைவில் தீர்ந்தது. கஷ்ட தினங்கள் மீண்டும் வந்தன. தலைவலியும் அதிகரித்தது. கொஞ் சம்கூட வேலை செய்ய இயலவில்லை. எதுவும் செய்ய முடியவில்லை என்றால் ஆதரவற்றோர் இல்லத்திற்குச் செல்வதுதான் நல்லது என்று அன்புடைவர்கள் சொன்னார்கள். அது அவ்வளவு கௌரவமான செயல் அல்ல. ஆயினும் மூவருக்கும் இலவசமாக உணவு கிடைக்கும். உடுக்க உடைகளும், உண்ண உணவும் கிடைக்கும். குழந்தைகளின் படிப்பும் நடக்கும். அப்படி வேறு வழி இல்லாத நிலையில் ஹன்னா, தன் குழந்தைகளை அழைத்துச் சென்று ஆதரவற்றோர் இல்லத்தின் கதவுகளைத் தட்டினார்கள்.

ஆதரவற்றோர் இல்லத்தில்

லாம்பெர்த்தில் உள்ள ஆதரவற்றோர் இல்லத்தில் மூன்று பேருக்கும் வெவ்வேறு இடம்தான் கிடைத்தது. ஹன்னா, பெண்களுக்கான பிரிவிலும், சார்லி ஆறு வயதிற்குக் கீழே உள்ள குழந்தைகளோடும், ஸிட்னி பெரிய பிள்ளைகளுக்கான இடத்திலும் வசிக்கத் தொடங்கினார்கள். அம்மாவின் பிரிவு, பிள்ளைகளுக்கு மிகவும் வேதனை அளித்தது. என் பிள்ளைகள் என்னுடன் இல்லாமல் நான் மட்டும் எப்படி இங்கே தனியாக இருப்பேன் என்று ஹன்னாவும் துயரமடைந்தார்கள். ஆயினும் எல்லோரும் பக்கத்தில்தானே இருக்கிறோம் என்று நிம்மதி அடைந்தார்கள்.

அம்மாவுக்கு ஆறுதலாகப் பிள்ளைகளும், பிள்ளைகளுக்கு ஆறுதலாக அம்மாவுமாக வாழ்ந்து வந்தார்கள் அவர்கள். இதுவரை அவர்கள் ஒருநாள்கூட பிரிந்து வாழ்ந்ததில்லை. ஹன்னா ஒருவார காலம் கஷ்டப்பட்டு அங்கே தாக்குப் பிடித்தார்கள்.

கடைசியில், பிள்ளைகளைப் பிரிந்து இருக்க முடியாத நிலை வந்தது. எனவே தன் பிள்ளைகளை ஆதவற்றோர் இல்லத்திலிருந்து விடுவிக்கும்படி விண்ணப்பம் கொடுத்தார்கள். ஒன்றிரண்டு நாட்கள் ஒன்றாகத் தங்கிய பிறகு மீண்டும் ஆதரவற்றோர் இல்லத்தில் சேர விண்ணப்பம் கொடுக்கலாம் என்பதுதான் ஹன்னாவின் எண்ணம். அந்த வகையில் இடையிடையே தன் குழந்தைகளுடன் தங்குவதற்கு ஹன்னாவுக்கு வாய்ப்புக் கிடைத்தது.

நிலைமை அப்படித் தொடர்ந்து கொண்டிருக்கும்போது, பிள்ளைகளைப் பள்ளியில் சேர்ப்பதற்கான நேரம் வந்துவிட்டது என்று ஆதரவற்றோர் இல்ல அதிகாரிகள் ஹன்னாவிடம் அறிவித்தார்கள். நகரத்திற்கு வெளியில் ஏறத்தாழ நான்கு மணி நேரப் பயண தூரத்தில், ஹால்வெல் என்னும் இடத்தில் அமைந்துள்ளது அந்தக் கல்வி நிலையம். தூரமாக இருப்பதால் அங்குள்ள ஆதரவற்றோர் விடுதியில்தான் தங்க

வேண்டும். பிள்ளைகளை உடனே கொண்டு செல்வதாக அறிவிப்பும் வந்தது. அம்மாவைப் பிரிந்து ஹால்வெல்லில் வாழ்ந்த வாழ்க்கை சார்லியின் மனதில் ஆயுட்காலம் முழுதும் நிலைத்திருந்த ஒரு வெறுமை உணர்வைத் தோற்றுவித்தது. ஏழு வயதிற்குக் கீழே உள்ள குழந்தைகளுக்கு மட்டுமான வித்யாலயத்தில்தான் சார்லிக்கு அனுமதி கிடைத்தது. ஸிட்னி பெரிய பிள்ளைகள் படிக்கும் பள்ளியில் படித்தான். ஆயினும் அவர்கள் ஒருவரை ஒருவர் பார்த்துக் கொள்ளலாம், தொடர்பு கொள்ளலாம். ஆதரவற்றோர் இல்லத்தின் பள்ளி வாழ்க்கை மிகவும் துயரம் நிறைந்ததாக இருந்தது. உணவிற்கு எந்தப் பிரச்சினையும் இல்லை என்றாலும், அங்கு வழங்கப்படும் தண்டனைகள் மிகவும் கடினமாகவும், முரட்டுத்தனமாகவும் இருந்தன.

ஒரு கிறிஸ்துமஸ் அனுபவம் சார்லியின் மனதில் என்றும் மறையாமல் கெட்ட கனவாக ஆழப் பதிந்திருந்தது.

கிறிஸ்துமஸுக்கு ஒவ்வொரு ஆரஞ்சும் ஒரு கல்கண்டுத் துண்டும் பிள்ளைகளுக்குக் கொடுக்கும் வழக்கம் உண்டு. பல வாரங்களுக்கு முன்பாகவே சார்லி அதைப் பற்றி மிக அழகான கனவுகளைக் காணத் தொடங்கிவிட்டான். தனக்குக் கிடைக்கப் போகும் இனிப்புப் பலகாரங்களின் சுவையை நினைத்து அவன் வாயில் நீர் ஊறியது. அதை அவன் ஒரே நாளில் தின்று தீர்த்துவிட மாட்டான். உறிக்கப்பட்ட ஆரஞ்சுத் தோலை தினமும் கொஞ்சம் கொஞ்சமாகத் தின்பான். பிறகு கொஞ்சம் கொஞ்சமாக சுளைகளைத் தின்பான். மிகவும் கடைசியாகத்தான் கற்கண்டு சுவைக்கத் தொடங்குவான். அதையும் துண்டுகளாக உடைத்துத்தான் மிக மெதுவாகத் தின்பான். ஒரு துண்டைக் காலையில் வாயிலிட்டுச் சுவைப்பான். பிறகு மதியம் ஒன்று, இரவும்... இப்படி மாதக்கணக்காக சார்லி கிறிஸ்துமஸ் பலகாரங்களின் இனிமையையும் சுவையையும் ரசித்து அனுபவிப்பான். ஓ, அது எவ்வளவு அருமையாக இருக்கும்! இனிப்புகள் சுவைப்பதற்காக எல்லாத் திட்டங்களையும் சார்லி முன்கூட்டியே வகுத்திருந்தான்.

அப்படி ஒரு கிறிஸ்துமஸ் தினம் வந்தது. பிள்ளைகள் மிகவும் எதிர்பார்ப்புடன் காத்து நின்றார்கள். வழக்கம்போலப் பணியாளர்கள் ஆரஞ்சுகளும், கற்கண்டுகளும் நிறைந்த பெட்டிகளுடன் பிள்ளைகளின்

எதிரே வந்தார்கள். தலைமை ஆசிரியர் கையில் பிரம்புடன் முன்னால் நடந்து கட்டளைகள் பிறப்பித்தார். பிள்ளைகள் ஒவ்வொருவராக வந்து இனிப்புப் பலகாரங்கள் பெற்றுக்கொள்ளத் தொடங்கினார்கள். ஆனால் சார்லியின் பெயர் மட்டும் அழைக்கப் படவில்லை. சார்லி வெகுநேரம் காத்திருந்தான். ஆயினும் பணியாளர்கள் அவனைப் புறக் கணித்தார்கள். தலைமை ஆசிரியர் அவனைக் கடுமையாக முறைத்த பிறகு இப்படி அறிவித்தார்:

தொடக்க நாட்களில் சாப்ளின் தன் அம்மாவுடன் வசித்த இடம்

"இந்தச் சின்னப் பொறுக்கி, இன்று தன் படுக்கையைச் சுருட்டி வைக்கவில்லை என்று தெரிய வந்திருக்கிறது. எனவே அதற்கான முன் மாதிரியான தண்டனையாக இவனுக்குக் ஆரஞ்சும் கற்கண்டும் மறுக்கப்படுகிறது."

மற்ற பிள்ளைகள் அதைக் கேட்டுச் சிரித்தார்கள். சார்லி விம்மி அழுதான். அப்போது சில நண்பர்கள் தங்களின் பங்கிலிருந்து அவனுக்குக் கொஞ்சம் ஆரஞ்சும் கற்கண்டும் கொடுத்தார்கள்.

ஒரு மாதம் கடந்தது. ஒரு நாள் அம்மா, ஓர்க் ஹவுஸின் வாயிலில் தோன்றுகிறார்கள்! பிள்ளைகளை விடுவிப்பதற்கான உத்தரவுடன் வந்திருக்கிறார்கள். அம்மாவுக்குத் தன் பிள்ளைகளைப் பிரிந்து இருக்க முடியவில்லை. அவர்கள் நிறைய புது உடைகளைக் கொண்டு வந்திருந்தார்கள். அவற்றை அணிந்துகொண்டு பிள்ளைகள் தங்கள் அம்மாவுடன் சென்றார்கள்.

ஆனால், தன் செல்லக் குழந்தைகளைக் காண்பதற்கான ஆசை சற்று அடங்கியபோது, ஹன்னாவுக்கு நடைமுறை வாழ்க்கையைப் பற்றிய சிந்தனை வந்தது. ஹன்னா மீண்டும் பிள்ளைகளை ஆதரவற்றோர் விடுதிக்கே அனுப்பினார்கள். பிற்பாடு தன் மகன்களைப் பார்ப்பதற்கான ஆசை அவர்களுக்கு அதிகரிக்கும்போதெல்லாம் இந்தச் சம்பவம்தான்

மீண்டும் மீண்டும் நடந்தது. பிள்ளைகளை விடுவிப்பதற்கான உத்தரவுடன் வருவார்கள். பிள்ளைகளைப் பார்க்கும் ஆசை அடங்கியவுடன் மீண்டும் அவர்களை விடுதிக்கு அனுப்புவார்கள். ஹன்னாவின் இந்த சாமர்த்தியம் அதிகாரிகளுக்கு எரிச்சலூட்டியது. அதன் பிறகு அந்தத் தந்திரம் பலிக்கவில்லை.

ஸிட்னியும் சார்லியும் இப்போது பள்ளிக்குச் செல்கிறார்கள். சார்லி இப்போது தன் பெயரை எழுதக் கற்றுக்கொண்டுவிட்டான். அதற்கிடையில் அவனுக்கு ஏழு வயது ஆகிவிட்டது. அவனை ஸிட்னியின் பள்ளிக்கு மாற்றினார்கள். இப்படி அண்ணனும் தம்பியும் ஒன்று சேர்ந்தார்கள். பெரிய பள்ளியில் பிள்ளைகளுக்கு சற்று அதிக சுதந்திரம் இருந்தது.

ஹால்வெல் பள்ளியின் விளையாட்டுத் திடல் விசாலமாக இருக்கும். அதைச் சுற்றிலும் வரிசையாகக் கட்டடங்கள் இருக்கும். அவற்றின் ஒரு இருட்டு மூலையில், இருட்டான சிற்றறை ஒன்று உண்டு. கடுமையான குற்றம் செய்த பெரிய பிள்ளைகளை அதற்குள் தனியே தங்க வைப்பார்கள். சார்லி அங்கே செல்லும்போது, அந்த அறைக்குள் பதினான்கு வயதுடைய பையன் ஒருவன் இருந்தான். பள்ளியிலிருந்து தப்பித்து ஓடும்போது பிடிபட்டவன். பெரிய போக்கிரிப் பையனாம் அவன். மேற்கூரையில் ஏறி இறங்கும்போது பின்தொடர்ந்து வந்தவர்களை கல்லால் அடித்துத் துரத்த முயன்றானாம். ஆயினும் கடைசியில் பிடிபட்டுவிட்டான். மற்ற பையன்கள் உறங்கும்போதுதான் அதெல்லாம் நடந்தது. ஒரு நண்பன் சொல்லித்தான் சார்லிக்கு இந்தச் சம்பவம் எல்லாம் தெரியும். மறுநாள் காலையில் எழும்போது சூழ்நிலை

லாம்பெர்த் ஆதரவற்றோர் இல்லம்
(தற்பொழுது சினிமான அருங்காட்சியகம்)

இறுக்கமாக இருந்தது. காலை உணவுக்கு முன்பு பையன்கள் மைதானத்திற்கு வரும்படி அறிவிப்பு வந்தது. மிகவும் கண்டிப்பான தொனியில் தலைமை ஆசிரியர் அவர்களை வரவேற்றார். பிடிபட்ட அந்தப் போக்கிரிப் பையனின் கெட்ட செயல்கள் பற்றிய செய்திகளை அவர் கண், காது, மூக்கு வைத்து மறுபடியும் சொன்னார். இந்தக் குற்றத்தைத் திரும்பச் செய்தால் கிடைக்கக்கூடிய தண்டனையைப் பற்றி மீண்டும் மீண்டும் அவர்களுக்கு நினைவுபடுத்தினார்.

தண்டனை எதுவாக இருந்தாலும் வெள்ளிக்கிழமைகளில்தான் அதை நிறைவேற்றினார்கள். விசாலமான ஜிம்னேஷியத்தில் அதற்கான ஏற்பாடுகள் செய்யப்பட்டிருந்தன. எந்தத் தண்டனையாக இருந்தாலும் பிள்ளைகள் எல்லாம் அதற்கு சாட்சியாக இருக்க வேண்டும் என்ற கட்டாயம் இருந்தது. இருநூறு, முன்னூறு பிள்ளைகள் குறிப்பிட்ட சமயத்தில் வரிசை வரிசையாக ஹாலுக்குச் செல்கிறார்கள். அவர்கள் பார்த்துக் கொண்டிருக்கும்போது குற்றவாளியை ஒரு டெஸ்கிற்கு முன்னால் நிறுத்துகிறார்கள். அதைத் தொடர்ந்து அவனை டெஸ்கில் குப்புறப் படுக்க வைத்த பிறகு அவனது சட்டையையும், காற்சட்டையையும் பிடித்து இழுத்துக் கழட்டி, அவன் முதுகையும் பின்புறத்தையும் நிர்வாணப்படுத்துகிறார்கள்.

அந்த சமயத்தில் அதோ, ஒரு கையில் கட்டை விரல் அளவு பருமன் உள்ள ஒரு பிரம்புடன், ஆறரை அடி உயரமும் இருநூறு ராத்தல் எடையும் உள்ள கேப்டன் ஹின்ரம் என்ற அரக்கன் நடந்து வருகிறான். பிள்ளைகள் மூச்சுவிடவும் மறந்து பார்த்து நிற்கிறார்கள். கேப்டன் குற்றவாளியின் அருகில் செல்கிறான். பிரம்பை அவனது பின்புறத்திற்குக் குறுக்காக வைத்துப் பிடித்தபடி சற்று நேரம் நிற்கிறான். சட்டென்று அந்த இடத்தில் மிகவும் குறைந்தபட்சம் மூன்று அடியாவது அடிக்கிறான். தண்டனையின் கடுமைக்கேற்றபடி அது ஆறு அடி வரை போகும். பொதுவாக அந்த மூன்று அடியையே பொறுத்துக் கொள்ள முடியாது. அவ்வளவு கடுமையாக இருக்கும் அது. தண்டனை முடிந்தால் பையனைத் தூக்கி, தரையில் விரிக்கப்பட்டிருக்கும் பாயின் மீது எறிந்துவிடுவார்கள். அங்கே கிடந்து அழுது தீர்த்த பிறகு எழுந்து போய்விட வேண்டும். ஆறடி வாங்க வேண்டியிருக்கும் துரதிர்ஷ்ட சாலிகள் சில சமயம் மயங்கிவிடுவார்கள். அப்படிப்பட்டவர்களை நேராக ஆஸ்பத்திரிக்குக் கொண்டு செல்வார்கள்.

மிகவும் கடுமையான குற்றங்களுக்கு மற்றொரு தண்டனை முறை உண்டு. டெஸ்கிற்குச் சற்று முன்னால் ஒரு முக்காலி இருக்கும். குற்றவாளியை அதில் நிற்க வைத்த பிறகு அவனது இரண்டு கைகளையும் தூக்கி, தலைக்கு மேலே தொங்கிக் கொண்டிருக்கும் இரண்டு உலோக வளையங்களில் பிணைப்பார்கள். வளையங்களுக்கு அருகே ஒரு பீர்ச் மரக் கம்பு தொங்கிக் கொண்டிருக்கும். அந்தக் கம்பால் அடிக்கப்படும்போது உயிரே போய்விடுவது போன்று இருக்கும். மிகவும்

கொடூரமானது அந்த தண்டனை. இது, "பீர்ச் கம்பு தண்டனை" என்று அழைக்கப்பட்டது.

சார்லி, ஆதரவற்றோர் விடுதிக்கு வந்த நாளிலேயே ஒரு பையனுக்கு பீர்ச் கம்பு தண்டனை கிடைத்தது. ஆறு வயதுகூட நிறைந்திராத ஒரு சின்னஞ் சிறுவன்தான் குற்றவாளி. அவன் உயரம் குறைவாக இருந்ததால் பெட்டிகளை வைத்து அதன் மேல்தான் அவனை முக்காலியில் நிற்க வைத்தார்கள். பயந்து நடுங்கிக்கொண்டு அந்தக் காட்சியைப் பார்த்தான் சார்லி. பையனின் கரங்களை மேலே உள்ள வளையத்தில் பிணைத்ததும், தலைமை ஆசிரியர் வந்து குற்றப் பத்திரம் வாசித்தார். பிறகு அவனுக்கு நேராகத் திரும்பி இப்படி ஒரு கேள்வி கேட்டார்:

"அடேய் பொறுக்கிப் பயலே, நீ உன் இந்த குற்றத்தை ஏற்றுக் கொள்கிறாயா?"

அந்தப் பையன் ஒன்றும் சொல்லாமல் தலைமை ஆசிரியரை உற்றுப் பார்க்க மட்டுமே செய்தான். அவன் குற்றத்தின் தீவிரம் அதிகரித்தது. குற்றவாளியாக இருந்தாலும், நிரபராதியாக இருந்தாலும் கேட்கும்போது குற்றத்தை ஏற்றுக் கொள்ள வேண்டும் என்பதுதான் சட்டம். அதனால் அந்தப் பையனுக்கு மிகவும் கடுமையான தண்டனை கிடைத்தது. எல்லா வியாழக்கிழமை மாலை நேரமும் குழந்தைகள் மைதானத்தில் விளையாடிக் கொண்டிருக்கும்போது ஒரு விசில் சத்தம் கேட்கும். அதைக் கேட்டவுடன் விளையாட்டுகளெல்லாம் நின்றுபோகும். எல்லோரும் அச்சத்துடன் செவிகூர்ந்து காத்திருப்பார்கள். அப்போது மெகா போனில், அந்த வாரம் தண்டனைக்கு ஆட்பட வேண்டிய பையன்களின் பெயர்களை கேப்டன் ஹின்ரம் உரக்க அறிவிப்பார். தப்பித்தவர்களுக்கு நிம்மதி. மாட்டிக்கொண்டவன் நடுங்குவான். அடுத்த வியாழக்கிழமையும் இதெல்லாம் திரும்ப நடக்கும்.

ஒரு வியாழக்கிழமை அப்படி அறிவிக்கப்பட்ட குற்றவாளிகளின் பட்டியலில் சார்லியின் பேரும் இருந்தது. அவனால் அதை நம்பவே முடியவில்லை. எண்ணத்தாலும், பேச்சாலும், செயலாலும் அவன் எந்தத் தவறும் செய்யவில்லை. ஆனால் யாரிடம் இதைச் சொல்வது? உண்மை சொன்னால் தண்டனை அதிகரிக்கத்தான் செய்யும். தான் செய்த தவறு என்ன என்று அறிந்து அவனுக்கு அழுகையும் சிரிப்புமாக வந்தது. அவன் கழிப்பறையில் காகிதங்களைப் பொறுக்கிப் போட்டானாம்! வெள்ளிக் கிழமை வந்தது. சார்லி சபைக்கு அழைத்து வரப்பட்டான். அவனுக்கு மூன்று அடி கிடைத்தது. கடினமாக வலித்தது என்றாலும் தான் அந்த நேரத்தில் அழவில்லை என்று பிற்பாடு சார்லி சாப்ளின் நினைவுகூர்கிறார். பயங்கரமான வீரச் செயல் புரிந்தவனாகத் தான் மாறியிருப்பதாகத்தான் அப்போது சிறுவன் சார்லிக்குத் தோன்றியது. அந்த ஆதரவற்றோர் இல்லத்தில் நடந்த இன்னொரு செயலும் சார்லியின் மனதில் என்றும் நிலைத்திருந்தது. தங்கும் இடத்தில் பூச்சிவெட்டு நோய் பரவியிருந்தது. அது சார்லிக்கும் வந்தது. முடி

உதிர்ந்து தலையில் வட்டவட்டமான அடையாளங்கள் தென்பட்டன. அந்த நோய் மற்றவர்களுக்குத் தொற்றாமல் இருப்பதற்காக பிள்ளைகளை வேறு இடத்திற்கு மாற்றித் தங்க வைத்தார்கள். தலையை மொட்டை அடித்து அயோடின் தடவினார்கள். சார்லிக்குப் பெருமை தந்த சுருள் முடி எல்லாம் போய்விட்டது. அன்று அவன் அழுதான். அதன் பிறகு தலையில் துணி கட்டிக்கொண்டுதான் இருந்தான். அந்த உருவத்தில் யாரும் தன்னைப் பார்ப்பதை அவன் விரும்பவில்லை.

ஆனால் அந்த நேரத்தில் அம்மா, மகனைக் காண வந்தார்கள். அம்மாவைப் பார்ப்பதற்கு சார்லி மிகவும் ஆசையுடன் இருந்தான். என்றாலும், புண் வந்து மொட்டை அடித்த தன் தலையை அம்மாவிடம் காட்ட அவனுக்கு விருப்பம் இல்லை. தன் அம்மாவின் முன்னால் சார்லி வெட்கத்துடன் விலகி நின்றான். "மன்னிக்கவும், பையனின் உடல் முழுதும் அழுக்கு" என்று பக்கத்தில் இருந்த ஆயா சொன்னார்கள். அம்மா கொஞ்சம் தடித்திருந்தார்கள். முன்பைவிட உடல் நிறமும் அதிகரித்திருந்தது. புத்தாடைகளெல்லாம் அணிந்து மேலும் அழகாக இருந்தார்கள். அசிங்கமான மொட்டைத் தலையை வைத்துக்கொண்டு அவர்களைத் தொட்டுப் பேசுவது எப்படி? "இப்போது போய்விடுங்களேன் அம்மா!" என்று பார்வையால் கெஞ்சினான் சார்லி. ஆனால், பேரன்டுகொண்ட அந்த அம்மா, புழுவெட்டு பாதித்துத் தளர்ந்துபோன தன் குழந்தையை வாரி எடுத்து முத்தமான முத்தமிட்டார்கள்.

பள்ளி நாட்கள்

ஒரு நாள் ஸிட்னி விளையாடிக்கொண்டிருக்கும்போது, ஆயா வந்து அழைத்தார்கள். "தம்பி, வேகமாக வா. உன் அம்மாவுக்கு உடல் நிலை சரியில்லை. பைத்தியமாம்…" ஸிட்னி விளையாட்டைத் தொடர்ந்தான். விளையாட்டு முடியும் வரை அந்தச் செய்தி அவன் மனதில் அழுத்திக் கொண்டிருந்தது. நண்பர்கள் எல்லோரும் பிரிந்து சென்ற பிறகு, மைதானம் ஆளற்றுப் போன பின்பு ஸிட்னி பொங்கி அழத் தொடங்கினான்.

தன் அண்ணன் சொன்ன செய்தியைக் கேட்டு சார்லிக்கு அழுகை வரவில்லை. அந்த அதிர்ச்சியால் அவன் மனது உறைந்து போனது. சித்தம் பிறழ்ந்த அம்மாவின் உருவத்தை மனதிலிருந்து அகற்ற அவன் வீணே முயன்றான். சார்லி மேலும் மௌனமானவன் ஆனான். நண்பர்களிடமிருந்து மேலும் அகன்றான். அவன் மனதில் ஏதோ ஒரு மாற்றம் நடந்தது. ஏறத்தாழ அதே நேரத்தில்தான் அம்மாவுக்கும் அப்பாவுக்குமான வழக்கில் இறுதித் தீர்ப்பு வந்தது. "குழந்தைகளை அவர்களின் தந்தையிடம் ஒப்படைக்க வேண்டும்" என்பதுதான் தீர்ப்பு. அதன்படி சாப்ளின் சீனியர் ஓர்க் ஹவுசுக்கு வந்து தன் மகன்களை அழைத்துக்கொண்டு சென்றார். ஆனால் தந்தையின் அன்பை அனுபவிப்பதற்கு அந்தப் பிள்ளைகளால் முடியவில்லை. குடிபோதையில் உணர்விழந்து எப்போதும் உளறிக்கொண்டிருக்கும் தந்தையைத்தான் சார்லி பார்த்தான். தந்தையின் அன்பிற்காக அவன் மனது என்றும் ஏங்கியது.

ஆனால், எண்ணெய்ச் சட்டியிலிருந்து எரியும் தீயில் விழுந்த அனுபவம்தான் தந்தையின் வீட்டில் சார்லிக்கு ஏற்பட்டது. சாப்ளின் சீனியரின் இரண்டாவது மனைவி லூசி மிகவும் கொடுமைக்காரியாக இருந்தாள். தன் கணவனுக்கு நிகராக அவளும் குடிப்பாள். கணவனுடன் சண்டையிடுவாள். குழந்தைகளை தன்னுடன் வைத்துக் கொள்ள அவள்

கொஞ்சம்கூட விரும்பவில்லை. வாய்ப்புக் கிடைக்கும்போதெல்லாம் அவர்களைத் திட்டினாள், துன்புறுத்தினாள், சபித்தாள். அவர்களால் செய்ய இயலாத வீட்டு வேலைகளையெல்லாம் செய்யும்படிக் கட்டாயப்படுத்தினாள். இருவரில் ஸிட்னியிடம்தான் அவள் மிகவும் பகைமை கொண்டிருந்தாள். சார்லியை அவள் சும்மா விட்டுவிட்டாள். சார்லி, அவள் சொன்னதையெல்லாம் முணுமுணுக்காமல் அப்படியே செய்ததாலாயிருக்கலாம். ஸிட்னி மிகவும் குறும்புக்காரனாக இருந்தான். "இந்த ஸிட்னி என் கணவனின் மகன்கூட இல்லை. பிறகு ஏன் இவனைக் காப்பாற்றுவதற்கான பொறுப்பை நான் ஏற்றுக்கொள்ள வேண்டும்?" என்பதுதான் அவளின் கேள்வி.

அந்த வீட்டில் கூச்சல் களேபரம் இல்லாத நேரமே இல்லை. கணவனும் மனைவியும் பார்த்துக்கொண்டால் போதும். உடனே கிரியும் பாம்புமாக ஆகிவிடுவார்கள். மோசமாகச் சண்டையிட்டுக்கொள்வார்கள். குழந்தைகளை இருவருமே கவனித்துக் கொள்ளவில்லை. குடிக்காதபோது இருவரும் நல்லவர்கள். ஆனால் அவர்கள் குடிக்காத நேரமே இல்லை. கணவன் வீட்டில் இல்லாத நேரத்தில் ஹாசி குழந்தைகளை அடித்து வெளியே துரத்திவிடுவாள். பகலா இரவா என்றெல்லாம் பார்க்க மாட்டாள். சார்லியும் ஸிட்னியும் இரவு வெகு நேரம் தெருவில் திரிவார்கள். ஏதாவது திண்ணையில் படுத்து விடியும் வரைத் தூங்குவார்கள். சின்னம்மா இப்படியெல்லாம் செய்கிறார்கள் என்று அப்பாவிடம் சொன்னால் அதனால் எந்தப் பயனும் ஏற்படாது. ஆனால் அந்தச் சிறுவர்கள் எல்லாக் கொடுமைகளையும் மௌனமாகப் பொறுத்துக் கொண்டார்கள்.

அப்படி எத்தனையோ இரவுகளை அவர்கள் தெருவில் கழித்திருக்கிறார்கள். லண்டன் நகரத்தின் இரவு வாழ்க்கையை அறிந்து கொள்ள அந்த அனுபவம் உதவியது. பிற்பாடு உலகப் புகழ் பெற்ற நடிகனாக மாறிய பின்பும், எப்போது ஊருக்கு வந்தாலும், சார்லி சாப்ளின் என்னும் அந்த மிகப் பெரிய நடிகர் வீட்டு நினைவுடன் அந்த வீதிகளுக்குச் செல்வார். தன் கடந்தகால வாழ்க்கை நினைவுகளில் ஆழ்ந்து போவார். அதற்கிடையில், அப்பா ஒரு குடிகாரராக இருந்தாலும்

கெனிங்டன் பள்ளியில்

அவர் மீதான அன்பு சார்லிக்கு அதிகரித்து வந்தது. அப்பாவின் நடை உடை பாவனைகள் எல்லாம் எவ்வளவு கலைத்துவமாக இருக்கின்றன என்று அறிந்து அவன் அப்பாவின்மீது பேரன்பு கொண்டான். ஆனால் அப்பா மிகவும் தாமதமாகத்தான் வீட்டிற்கு வருவார். அதற்குள் பிள்ளைகள் உறங்கியிருப்பார்கள்.

ஒருநாள் அப்பா வழக்கத்தைவிட முன்பாக வீட்டிற்கு வந்தார். தன் சிறிய மெத்தைக்குப் பதிலாக பெரிதாக இட வேண்டும் என்று ஸிட்னி தன் அப்பாவிடம் கேட்டான். இதன் காரணமாக முன்பே ஸிட்னிக்கும், லூசிக்கும் இடையில் பிரச்சினை நடந்திருக்கிறது. அப்படியென்றால் வரவேற்பறையில் சோபாவில் படுத்துக் கொள்ளும்படி அப்பா ஸிட்னியிடம் சொன்னார். அதைக் கேட்டதும் வெற்றிக் களிப்புடன் ஸிட்னி, லூசியின் முகத்தைப் பார்த்தான். அங்கே கார்மேகங்கள் வந்து சூழ்ந்துகொண்டிருந்தன. அத்துடன் லூசிக்கு ஸிட்னியை அறவே பிடிக்காமல் போனது. அவனைப் பற்றிய புதுப்புதுப் பொய்களை உருவாக்கி, தன் கணவனிடம் அன்பாகச் சொல்லி, ஸிட்னியைப் பழிவாங்க முயன்றாள். அந்தக் காலத்தில் கென்னிங்டன் சாலையில் உள்ள ஒரு பள்ளிக்கூடத்தில்தான் குழந்தைகள் படித்துக்கொண்டிருந்தனர். பள்ளி விட்டதும், கால்பந்து விளையாட்டெல்லாம் முடிந்து, நண்பர்களுடன் சுற்றித் திரிந்து மிகவும் காலம் தாழ்த்தித்தான் ஸிட்னி வீட்டிற்கு வருவான். சார்லிக்கு இப்படிப்பட்ட பொழுதுபோக்குகள் ஏதுமில்லை. அவனுக்கு நண்பர்களும் இல்லை. பள்ளி விட்டதும் நேராக வீட்டுக்குத்தான் வருவான். பிறகு, சின்னம்மா சொல்கிற வீட்டு வேலைகளையெல்லாம் முணுமுணுப்பு ஏதுமின்றி செய்து தீர்ப்பான். இந்த வேலைதான் என்றில்லை. பாத்திரம் துலக்குவான், தரையைத் துடைப்பான், துணி துவைப்பான்... எதிலும் அவனுக்கு எந்தப் புகாரும் இல்லை.

ஸிட்னிக்கும், லூசிக்கும் இடையில் ஒருநாள் பெரிய சண்டை வந்தது. புலியைப் போலச் சீறிக்கொண்டு அவள் அவனது படுக்கையை கிழித்தெறிந்தாள். அவனை வெளியே போகும்படிச் சொன்னாள். ஸிட்னி ஒரே பாய்ச்சலில் தலையணைக்கடியிலிருந்து மிகக் கூர்மையான ஒரு கம்பியை இழுத்து அவளை நோக்கி ஓங்கினாள். "ஐயோ! இந்தப் பிச்சைக்காரப் பையன் என்னைக் கொல்கிறான்!" என்று அலறிக்கொண்டே லூசி பின்வாங்கினாள்.

ஒருநாள் சார்லி பள்ளிவிட்டு வந்ததும் வீடு பூட்டிக் கிடந்தது. லூசி தன் மகனுடன் வெளியே சென்றிருக்கிறாள் என்று வீட்டு உரிமையாளர் தெரிவித்தார். எப்போது திரும்பி வருவாள் என்று தெரியவில்லை. சார்லிக்குப் பசி தாங்க முடியவில்லை. என்றாலும், வீட்டு வேலை செய்ய வேண்டி வராததில் சிறிய நிம்மதி. அவன் சாலையில் நடக்கத் தொடங்கினான்.

வெகுநேரம் அலைந்து திரிந்தான். தெரு விளக்குகள் கண் விழித்தன. தெருத்தெருவாக அவன் சுற்றி வந்தான். கடைசியில் தெருவில் மக்கள் கூட்டம் குறைந்து வரத் தொடங்கியது. நடந்து நடந்து மிகவும் சோர்ந்துபோன சார்லி, கென்னிங்டன் சாலையருகில் அமர்ந்து ஓய்வெடுக்கத் தொடங்கினான்.

நேரம் கடந்து சென்றது. தெருக்களில் ஆள் நடமாட்டம் இல்லை. கடைகளின் விளக்குகள் ஒவ்வொன்றாக அணைந்தன. திடீரென்று மிகவும் அற்புதமான ஒரு பாட்டு எங்கிருந்தோ மிதந்து வந்தது. அவன் நன்கறிந்த பாட்டு அது. ஒரு சிறப்பான பேருணர்வு அப்போது அவன் உள்ளத்தில் எழுந்தது. அந்த ராகம் மிகமிகவும் மேன்மையானது என்று அவன் புரிந்துகொண்டான். அவன் மனது முழுமையாக அதில் கலந்தது. திடீரென்று பாட்டு நின்றது. அதைத் தொடர்ந்து, வார்த்தைகளால் விவரிக்க முடியாத ஒரு வெறுமையை சார்லி அனுபவித்தான். இரவுப் பொழுது மேலும் இருண்டது. மேலும் அமைதியடைந்தது. பசியாலும் களைப்பாலும் சார்லி மிகவும் துவண்டு தொய்ந்துபோனான்.

எழுந்து வீட்டை நோக்கி நடந்தான் சார்லி. வீட்டை நெருங்கியபோது, மகனுடன் லூசி முன்னால் நடந்துபோவதைப் பார்த்தான். வீட்டுக்குள் நுழைந்த லூசி, உள்ளிருந்து கதவைத் தாழிட்டுக்கொண்டாள். சார்லி வெகு நேரம் கதவைத் தட்டி அழைத்துப் பார்த்தான். பயன் எதுவும் இல்லை. மீண்டும் தெருவிற்குத் திரும்பினான் அவன். அப்பாவைக் கண்டுபிடிக்க முடியுமா என்று முயன்று பார்த்தான். அதுவும் பலிக்கவில்லை. கடைசியில் தெருவோரமாகவே படுத்து உறங்கினான்.

மற்றொரு நாள் குழந்தைகளின் மீதான கொடுமைகளுக்கு எதிராகச் செயல்படுபவர்கள் வந்து லூசிக்கு அறிவுரைகள் சொன்னார்கள். அவளை அச்சுறுத்தினார்கள். ஸிட்னியையும், சார்லியையும் அவர்கள் பல முறை தெருவிலிருந்து தூக்கி வீட்டில் சேர்ப்பித்திருக்கிறார்கள். அவர்கள் லூசியின் மீது வழக்குத் தொடுத்தார்கள். ஆனால் லூசியின் குரூரம் அதிகரிக்கத்தான் செய்தது.

அப்படிக் கொஞ்சகாலம் சென்றபிறகு மனநோய் மருத்துவமனையிலிருந்து அம்மாவின் கடிதம் வந்தது. "உடனே வருகிறேன்' என்ற செய்தி இருந்தது அதில். மறுநாள் அவர்களின் தலை முகப்புக்கதவுக்கு வெளியே தெரிந்த போது சார்லிக்கு ஏற்பட்ட மகிழ்ச்சியை யாராலும் விவரிக்க முடியுமா? அஞ்சி அரண்டுபோன ஒரு குட்டிப் பூனையைப் போல அவன் ஓடிச் சென்று தன் அம்மாவுடன் ஒட்டிக்கொண்டான்.

ஹன்னா முற்றிலும் வறுமை நிலைக்கு வந்திருந்தார்கள். அதாவது போண்டியாகியிருந்தார்கள். அதனால் கென்னிங்டன் சாலை அருகிலேயே ஒரு சிறிய அறையை வாடகைக்கு எடுத்துத் தங்க வேண்டிய நிர்பந்தம் ஏற்பட்டது. பிள்ளைகள் பள்ளி செல்வது தொடர்ந்தது. அந்தக் காலத்தில் சார்லியின் வயது எட்டுதான்.

இளமைக்கால சாப்ளின்

அவர்களின் சிறிய அறைக்கு அருகில் ஒரு ஊறுகாய் கம்பெனி இருந்தது. எல்லா நேரமும் அதிலிருந்து வெப்பமும் புகையும் வந்துகொண்டிருக்கும். அதை சுவாசித்து சுவாசித்து அம்மாவின் நோய் மேலும் கடுமையானது. ஆனால் வேறு இடத்திற்குச் சென்று வசிக்க அவர்ளின் பொருளாதார நிலை இடம் கொடுக்கவில்லை. வீட்டிற்குப் பக்கத்தில் ஒரு அறுவைச் சாலையும் இருந்தது. அது மாடுகளை வெட்டும் இடம். அந்த இடத்திற்கு மாடுகளை ஓட்டிச் செல்வதை சார்லி எத்தனையோ முறை பார்த்து நின்றிருக்கிறான். ஒருமுறை ஏதோ காரணத்தால் கொஞ்சம் ஆடுகள் மந்தையைப் பிரிந்து நாற்புறமும் சிதறி ஓடத் தொடங்கின. அவற்றைக் கட்டுப்படுத்துவதற்கு ஆட்கள்

பாடுபட்டார்கள். ஓடிக் கூச்சலிட்டு ஆடுகளும் மனிதர்களும் ஒரு சுவாரஸ்யமான காட்சியை உருவாக்கினார்கள். அதற்கிடையில் எல்லா ஆடுகளும் மிரண்டு ஓடத் தொடங்கின. ஆடுகளும் மனிதர்களும் சிதறி ஓடுவதும், அடிக்கடி கீழே விழுவதும் எல்லாம் சேர்ந்து மிகவும் அருமையான நகைச்சுவைக் காட்சியாக இருந்தன. பிள்ளைகளின் கூச்சலும், ஆடுகளின் கத்தலும் சேர்ந்தபோது மகிழ்ச்சி முழுமை அடைந்தது. சார்லி அதையெல்லாம் நன்றாகப் பார்த்து ரசித்து அனுபவித்தான். ஆனால், ஆடுகள் எல்லாம் கட்டுப்படுத்தப்பட்டு, காட்சியிலிருந்து மறைந்து, ஓசைகள் எல்லாம் அடங்கியபோது - ஒரு வெறுமை உணர்வு சார்லியை வேட்டையாடத் தொடங்கியது. இதயத்தில் மெல்ல மெல்லப் புகுந்தது துயரம். ஆடுகளின் தவிர்க்க முடியாத விதியை அவன் மனதில் பார்த்தான். அவற்றின் துடிப்பும் அழுகையும் அவனைத் துன்புறுத்தின. இதயம் நொந்து நலிந்தது.

ஒரு நல்ல நகைச்சுவையை அனுபவித்து முடியும்போது அதன் துயரமான பகுதி மனதில் துயரத்தை நிறைக்கிறது. சிறுவன் சார்லி முதன்முதலாக தன் வாழ்க்கையில் நேரடியாக அனுபவித்த நகைச்சுவைத் துயரக் காட்சி அது. நல்ல நகைச்சுவையின் பிரகாசக் கதிர்களில் மின்னும் கண்ணீரின் ஈரத்தை அவன் முதன்முதலாக அனுபவித்து அறிந்தான். எந்தச் சிரிப்பின் பின்னாலும் ஒரு துயரம் உண்டு என்னும் உண்மையைக் கண்டுபிடித்தான் இந்தப் பையன். இவ்வகையான

பால்யகால அனுபவங்களிலிருந்துதான், பிற்பாடு சார்லி சாப்ளின் என்னும் பெருங்கலைஞன் வெள்ளித் திரையில் காட்டிய மிக உயர்வான நகைச்சுவைகள் எல்லாம் உருவாயின என்று விமர்சகர்கள் கருத்துத் தெரிவித்திருக்கிறார்கள். சார்லியின் பள்ளி வாழ்க்கை தட்டுத்தடுமாறி முன்னேறிச் சென்று கொண்டிருந்தது. பள்ளி நாட்கள் முற்றிலும் சுவாரஸ்யமற்று இருந்தன. சுவையற்ற கற்பிக்கும் முறை. விருப்பப்பட்டதைக் கற்க முடியாத நிலை. வரலாறு, புவியியல், இயற்கை அறிவியல், கவிதை ஆகியவற்றை எல்லாம் அனைத்து வகுப்பிலும் படிக்க வேண்டும். ராஜாக்களின் நல்லொழுக்கக் கதைகளைக் கேட்டு அறிந்துகொள்வது, நிலப் படங்கள் வரைவது, கவிதைகளின் வரிகளைக் கேட்டு மனப்பாடம் செய்வது, இவையெல்லாம்தான் வகுப்பறைகளில் நடந்தன. அறிவுகளையும், விவரங்களையும் குழந்தைகளிடம் திணிப்பதற்கு ஆசிரியர்கள் போட்டியிட்டனர். சார்லிக்குப் படிப்பில் கொஞ்சமும் விருப்பம் இல்லை. வகுப்பறையில் அமர்ந்து பகல்கனவு காண்பதுதான் அவனுக்குப் பிடிக்கும். 'புத்தி குறைந்தவனாக இருந்தாலும், இவன் யாருக்கும் எந்தத் தொந்தரவும் செய்யாத பையன்' என்றுதான் பொதுவாக மற்றவர்கள் சார்லியைப் பற்றிக் கருதினார்கள். அவனுக்கு விளையாட்டு இல்லை, நண்பர்களும் இல்லை. ஆசிரியர்களுடன் குறிப்பிட்டுச் சொல்லும்படியான நெருக்கம் இல்லை அவனுக்கு. அன்றைக்கு சார்லி வயதுக்கேற்ற வளர்ச்சி இல்லாத, கூச்ச சுபாவமுள்ள சிறு பையனாக இருந்தான்.

அப்படி இருக்கும்போது பள்ளியின் ஆண்டு விழாவின்போது சின்ட்ரெல்லா கதையை நாடகமாக நிகழ்த்த முடிவு செய்தார்கள். வறுமையிலிருந்தும், புறக்கணிப்பிலிருந்தும் செல்வச் செழிப்பிற்கு உயர்ந்த ஒரு ஏழைப் பெண்தான் சின்ட்ரெல்லா. சின்ட்ரெல்லா என்னும் பெயரைக் கேட்ட மாத்திரத்திலேயே சார்லியின் இதயம் துடித்தது. அவன் தன் அம்மாவிடமிருந்து எத்தனையோ முறை அந்தக் கதையைக் கேட்டிருக்கிறான். அழகும் நற்குணமும் கொண்ட சின்ட்ரெல்லாவாக அவன் நாடகத்தில் நடிக்க விரும்பினான். அந்தப் பாத்திரத்தை ஏற்று தான் நன்றாக நடிக்க முடியும் என்னும் நம்பிக்கை கொண்டிருந்தான் அவன்.

ஆனால் ஆசிரியர்களோ மற்ற மாணவர்களோ கூச்சசுபாவக்காரனும், அதிகம் பேசாதவனுமான சார்லியைக் கண்டுகொள்ளவே இல்லை. ஆசிரியர்களால், சார்லி நடிப்பான் என்று கற்பனைகூடச் செய்து பார்க்க முடியவில்லை. சார்லியோ, தன் விருப்பத்தை யாரிடமும் சொல்லவும் துணியவில்லை. எனவே வேறொரு சிறுமி சின்ட்ரெல்லாவாக வேஷமிட்டு நடித்தாள். எல்லாரும் சேர்ந்து நாடகத்தை மிகவும் கெடுத்துவிட்டார்கள் என்றுதான் சார்லிக்குத் தோன்றியது. சின்ட்ரெல்லாவாக இப்படி நடிக்கக் கூடாது என்று உரக்கக் கத்த வேண்டும் என்று அவனுக்குத் தோன்றியது. அவன் அந்த நாடகப் பகுதியை தனக்குத்தானே ரகசியமாக நடித்துப் பார்த்து ரசித்துக் கொள்வான்.

ஆனால் இரண்டு மாதங்கள் கடந்த போது சார்லிக்கு தன் திறமையைக் காட்ட ஒரு வாய்ப்புக் கிடைத்தது.

ஒருநாள் மதியப்பொழுதின் இடைவேளையில் சார்லி, வகுப்பறையில் தனியாக இருந்து பாட்டுப் பாடிக்கொண்டிருந்தான். இங்கே யாரும்தான் இல்லையே என்ற தைரியத்தில் அவன் உரக்கப் பாடிக்கொண்டிருந்தான். எதிர்பாராமல் அந்த வழியாக வந்த ஒரு ஆசிரியர் அதைக் கேட்டார். அவருக்குத் தன் காதுகளையே நம்ப முடியவில்லை. அந்த வாய்பேசாத பையன் இனிமையாகப் பாடுகிறான்! எவ்வளவு கட்டாயப்படுத்தினாலும் வாயைத் திறக்காத பையன் இவன். அந்த ஆசிரியர் மற்ற ஆசிரியர்களையும் அழைத்து அந்த அதிசயத்தைக் காட்டினார். பிறகு அவர்கள் எல்லோரும் சேர்ந்து சார்லியை ஒவ்வொரு வகுப்பிற்கும் அழைத்துச் சென்று பாடச் செய்தார்கள். நண்பர்கள் அவனைப் பாராட்டினார்கள். ஒரே நாளில் சார்லி அந்தப் பள்ளியில் புகழ் பெற்றுவிட்டான். அது அவன் மனதில் பெரிய மாற்றத்தை ஏற்படுத்தியது. அவனுடைய உற்சாகமும் தன்னம்பிக்கையும் அதிகரித்தது. அவன் தவறாமல் பள்ளி செல்லத் தொடங்கினான். படிப்பிலும் கவனம் மேம்பட்டது. சிறப்பாகத் தேர்வு எழுதினான். அவனுக்கு இப்போது நிறைய நண்பர்கள் ஏற்பட்டார்கள். அவனை ஆசிரியர்கள் புகழத் தொடங்கினார்கள். அப்படி எல்லாம் சேர்ந்து பள்ளி வாழ்க்கை நல்லபடியாக ஆகிக்கொண்டிருக்கும்போது, எதிர்பாராமல் அவன் பள்ளியைவிட்டுச் செல்ல வேண்டியிருந்தது.

நடிப்பின் தொடக்க நாட்கள்

1897 ஆம் ஆண்டில் ஓர் நாளில் சார்லி தன் தந்தையை எதிர்பாராதவிதமாகச் சாலையில் சந்தித்தான். தன் தந்தையிடமிருந்து விலகி தன் அம்மாவுடன்தானே அவன் இப்போது வசிக்கிறான். அவர்களின் வீடுகள் அருகருகே இருந்தாலும் அரிதாகக்கூட அவர்கள் சந்தித்துக்கொள்வதில்லை.

"நான் உனக்கு ஒரு வேலை பார்த்திருக்கிறேன். நீ அதில் சேர்ந்துகொள்கிறாயா?" என்று அப்பா கேட்டார். " உனக்குச் செலவுக்கு உதவும். அம்மாவுக்கும் ஏதாவது கொடுக்கலாம். சம்மதமென்றால் உடனே சொல்."

சார்லி அப்போது ஒன்றும் சொல்லவில்லை. அப்பா சென்ற பிறகு அவன் யோசித்தான். தொடர்ந்து படிக்க வேண்டும் என்று அவனுக்கு ஆசை இருந்தது. ஆனால் பட்டினியுடன் எப்படிப் படிக்க முடியும்? இப்போது மிகவும் முக்கியமான தேவை என்பது வாழ்வதற்கான ஒரு வழிதான். அப்பா தனக்காகப் பார்த்து வைத்திருக்கும் வேலை நடிப்புதான் என்று அறிந்தபோது அவன் மிகவும் மகிழ்ந்தான்.

ஜாக்ஸன் என்ற ஒரு மனிதர் 'எட்டு லங்காஷயர் பையன்கள்' எனும் பெயரில் ஒரு குழுவை நடத்திக் கொண்டிருந்தார். நடனமும், பாட்டும், நாடகமும், சர்க்கஸும் கலந்த ஒரு நிகழ்ச்சியைத்தான் அவர்கள் நடத்திக்கொண்டிருந்தார்கள். எட்டு பையன்களில் ஒருவனாக சார்லியை சேர்த்துக்கொண்டார்கள். ஜாக்ஸன் நல்ல மனிதர். அவரின் மனைவி அவரைவிட நல்லவர்கள். குழுவில் இருந்த நான்குபேர் அவர்களது பிள்ளைகள்தான். கிறிஸ்துமஸ் வந்தவுடன் சின்ட்ரெல்லா நாடகத்திற்கு வரவேற்பு அதிகரித்தது. அதில் கோமாளிச் சேஷ்டைகளும் இருக்கும். பார்வையாளர்கள் மிகவும் அதிகமாக ரசித்தது இந்தப் பகுதியைத்தான். அதில் சிறிய பையன்கள் நாயாகவோ, பூனையாகவோ முகமூடி அணிந்து காட்சிப்படுவார்கள். இவர்களுக்கிடையில் கோமாளி தோன்றி

பலவிதமான தமாஷ் செய்து பார்வையாளர்களை மகிழ்ச்சிப் படுத்துவான்.

குழுவில் இருந்த பிள்ளைகளிலேயே மிகவும் வயது குறைந்தவன் சார்லிதான். அதனால் அவனுக்குப் பூனையின் வேடம் கொடுக்கப்பட்டது. அவனுக்கு உணவு இலவசம். வாரத்திற்கு இரண்டு கிரௌன் சம்பளம். அதை மேனேஜரே நேரடியாக அவன் அம்மாவிற்கு அனுப்புவார்.

சார்லி, நாடகத்தில் நடிக்கத் தொடங்கிய காலத்தில்

பூனையைப்போல நான்கு கால்களில் நடந்தும், மியாவ் மியாவ் என்று கத்தியும் சார்லி பார்வையாளர்களை மகிழ்ச்சிப்படுத்தி வந்தான். கோமாளி வந்தவுடன் தமாஷ் மேலும் அதிகரிக்கும். அதற்கிடையில் சார்லி, நிகழ்ச்சி இயக்குனர் சொல்லாத சில செயல்களையும் தன் கற்பனைக்கேற்ற வகையில் நிகழ்ச்சியில் சேர்த்து செய்யத் தொடங்கினான். அவற்றைக் கண்டு பார்வையாளர்கள் குலுங்கிக் குலுங்கிச் சிரிப்பார்கள். அதுபோன்ற காட்சிகள் மிகுந்த வரவேற்பைப் பெற்றன. இதனால் உற்சாகமடைந்த சார்லி மேலும் பல நகைச்சுவைக் காட்சிகளைக் தானே உருவாக்கி நடித்தான்.

அந்தக் காலத்தில் சார்லிக்குத் தான் ஒரு நல்ல நடிகனாக வேண்டும் என்ற ஆசை ஒன்றுமில்லை. வாழ்க்கைதான் அந்தப் பையனின் ஒரே பிரச்சினை. ஆயினும் அவன் தன் எதிர்காலத்தைக் குறித்து பலவிதமாகக் கனவு கண்டு வந்தான். தான் ஒரு பாராளுமன்ற உறுப்பினராக ஆக வேண்டும், இல்லை என்றால் ஒரு சிறந்த இசைக்கலைஞனாக ஆக வேண்டும் என்பதுதான் அவனது ஆசை. இந்த இரண்டு துறைகளும் அந்தக் காலத்தில் மிகவும் மதிக்கப்படும் புகழ் பெற்ற துறைகளாக இருந்தன. கௌரவமானவர்கள், நாடகத் துறை தொடர்பானவர்களை மிகவும் அலட்சியமாகத்தான் பார்த்தார்கள். அதனால், தான் ஒரு நாடக நடிகனாக ஆக வேண்டும் என்று சார்லி ஒருபோதும் விரும்பவில்லை.

அதற்கிடையில் சின்ன சார்லியின் நகைச்சுவை நடிப்பு நிறைய ரசிகர்களைப் பெற்றுவிட்டிருந்தது. நிகழ்ச்சியின் மிகவும் முக்கியமான பகுதி ஆகிவிட்டது சார்லி நடிக்கும் பகுதி. அந்தக் குழுவில் இருந்த மற்ற பிள்ளைகளைவிட அவன் அதிகம் புகழ் பெற்றான். அந்தக் குழுவில் மற்ற எவருக்கும் இல்லாத ஒரு மரியாதை அவனுக்கு அப்போது ஏற்பட்டது. காட்சி அரங்கில் அவன் எப்படி வேண்டுமானாலும் நடிக்கலாம் என்ற சுதந்திரமும் அவனுக்கு ஏற்பட்டது. அந்த சுதந்திரத்தை மிகவும் நல்ல முறையில் பயன்படுத்திக்கொண்டான் சார்லி. அவனது ஆரோக்கியம் மேம்பட்டு வந்தது. தோற்றம் பொலிவடைந்தது. அம்மாவுக்குத் தான் துணையாக இருக்க முடிந்ததில் அவனுக்கு மகிழ்ச்சி.

அந்தக் காலத்தில் புகழ் பெற்ற நாடக நடிகராக இருந்த பிரான்ஸ்பி வில்லியம்ஸ் என்பவருடன் இந்தச் சூழ்நிலையில்தான் சார்லிக்குத் தொடர்பு ஏற்பட்டது. சார்ல்ஸ் டிக்கன் என்னும் உலகப் புகழ் பெற்ற ஆங்கில எழுத்தாளரின் கதாபாத்திரங்களை நடித்துக் காட்டுவதில் மிகவும் திறமை பெற்றவர் பிரான்ஸ்பி வில்லியம்ஸ். ஆலிவர் டுவிஸ்ட் என்னும் நூலின் கதாபாத்திரங்களான பாகினையும், பில்ஷஸ்க்கனையும் பிரான்ஸ்பி வில்லியம்ஸ்தான் சார்லிக்கு அறிமுகப்படுத்தினார். எனவே அந்தக் கதாபாத்திரங்களைக் குறித்து மேலும் அதிகமாகப் படித்துத் தெரிந்துகொள்ள சார்லி, ஆலிவர் டுவிஸ்ட் என்னும் அந்த நூலைத் தேடிப் பிடித்து வாங்கினான். அந்தப் புத்தகத்தைத் தட்டுத்தடுமாறி வாசிக்கத் தொடங்கினான். (அவ்வளவு குறைந்த அளவான கல்விதான் அவனுக்குக் கிடைத்திருந்தது). விரைவிலேயே அவன் அந்தக் கதாபாத்திரங்களை மேடையில் நடித்துக் காட்டத் தொடங்கினான். சின்னஞ்சிறு பையனான சார்லி ஒரு மிகச் சிறந்த நூலில் உள்ள கதா பாத்திரங்களை நடித்துக் காட்டுவது என்றால் அது எவ்வளவு பெரிய சாதனை! சார்லியின் இத்தகைய நடிப்பு பார்வையாளர்களுக்கு மிகச் சிறந்த அனுபவமாக இருந்தது.

இந்த நிலையில், தன் மகன் ஊர் சுற்றியும், நாடகத்தில் நடித்தும் கெட்டுப்போய்விடுவான் என்று ஹன்னா கவலைகொண்டார்கள். இது தொடர்பாக அவர்களின் வருத்தம் அதிகரித்தபோது ஜாக்ஸன் தன் கம்பெனியிலிருந்து சார்லியை அனுப்பிவிட்டார். சார்லி மீண்டும் வீட்டிற்கு வந்து தன் தாயுடன் வசிக்கத் தொடங்கினான். அவன் மீண்டும் பள்ளி செல்லத் தொடங்கினான்.

இதற்கிடையில் அவனுக்கு வேறொரு ஆபத்தும் நேரிட்டது. ஆஸ்துமா நோய்த் தொந்தரவுதான் அது. லேசாகத் தொடங்கிய அந்த நோய், திடீரென்று வளர்ந்தது. எங்களால் எதுவும் செய்ய முடியாது என்று மருத்துவர்கள் கைவிட்டுவிட்டார்கள். அம்மா, நோயால் உருக்குலைந்து படுத்திருக்கும் சார்லிக்கு அருகிலிருந்து துயரம் தாளாமல் புலம்பினார்கள். பிரார்த்தனை செய்தார்கள். இனி இந்த நோயிலிருந்து தப்பிக்க முடியாது என்று நினைத்தபோது, நோய் சிறுகச் சிறுக குணமடைந்தது.

ஸிட்னிக்குப் பதினான்கு வயதானது. அவன் இப்போது டெலகிராப் பாய் ஆகப் பணிபுரிகிறான். ஆயினும் அப்போதும் ஹன்னாவால் வறுமையைச் சமாளிக்க முடியவில்லை. அவர்களின் உடல்நிலையும் மோசமடைந்தது. சரியான உணவு இல்லாததாலும், ஓய்வு இல்லாததாலும் தங்கள் அம்மாவுக்கு மீண்டும் மனநிலை பாதிப்பு ஏற்படுமோ என்று மகன்கள் அஞ்சினார்கள்.

அப்படிப்பட்ட நாட்களில் ஒன்றில் அம்மா தனியாக அமர்ந்து அழுதுகொண்டிருப்பதைக் கண்டான் சார்லி. அந்தக் காட்சியை அவனால் ஒருபோதும் மறக்கமுடியவில்லை. தன் பிள்ளைகளை நினைத்துதான் அம்மா மிகவும் மனவேதனை அடைந்தார்கள். அம்மாவின் துயரத்தைப் போக்குவது எப்படி என்று தெரியாமல் சார்லி தவித்தான். ஆனால் அம்மாவின் பேச்சைக் கேட்காமல் வேலை தேடி ஓடிப்போக மனம் வரவில்லை. வேலைக்குச் செல்லும்போது அணிந்துகொள்வதற்கும், மற்ற நேரங்களில் அணிந்துகொள்வதற்கும் ஸிட்னிக்கு ஒரே ஒரு சூட்டான் இருந்தது. இதன் காரணமாக நண்பர்கள் அவனைக் கேலி செய்தார்கள். எனவே, தனக்கு ஒரு நல்ல சூட் வேண்டும் என்று கேட்டு அவன் அம்மாவைத் தொல்லை செய்யத் தொடங்கினான்.

கடன் பெற்றும், பொருட்களை அடகு வைத்தும் ஹன்னா பணம் ஏற்பாடு செய்து ஹன்னா தன் மகனுக்கு ஒரு சூட் வாங்கிக் கொடுத்தார்கள். அந்த சூட்டின் பயன்பாடு மிகவும் விசித்திரமாக இருந்தது. திங்கட்கிழமை காலையில் ஸிட்னி, சீருடை அணிந்து பணிக்குச் செல்ல வேண்டியதுதான் தாமதம், ஹன்னா சூட்டை எடுத்துச் சென்று அடகு வைத்து பணம் வாங்குவார்கள். அந்தப் பணத்தைக் கொண்டு அது வரையிலான கடனை அடைப்பார்கள். சனிக்கிழமை வரும்போது, அடகு வைத்த சூட்டை மீட்பதற்கான போராட்டம் தீவிரமடையும். ஆயினும் ஞாயிற்றுக்கிழமை விடிவதற்கு முன்பு, எங்கிருந்தாவது பணம் கடன் வாங்கி, ஸிட்னி தேவாலயத்திற்கு அணிந்துகொண்டு போவதற்கேற்றவாறு அம்மா சூட்டை மீட்பார்கள். ஒரு வருட காலம் இப்படித்தான் நடந்தது. நாளாக ஆக, மிகவும் அதிகமாகப் பயன்படுத்தியதால் அந்த சூட் கிழிந்துபோகத் தொடங்கியது. எனவே அதை வைத்துக்கொண்டு பணம் தர அடகுக்கடைக்காரன்

தயாராக இல்லை. இப்படித்தான் ஒருநாள் ஹன்னா அந்தச் சூட்டை எடுத்துக்கொண்டு அடகு வைப்பதற்காகச் சென்றார்கள். அடகுக் கடைக்காரன் ஹன்னாவிடம் முகம்கொடுத்தே பேசவில்லை. அவர்களை அவன் முற்றிலும் புறக்கணித்தான். அந்த இடத்தைவிட்டு நகராமல் அவனிடம் கெஞ்சி மன்றாடியபோது அவன் மூன்று ஷில்லிங்கை எடுத்துக் கொடுத்தான். இனிமேல் இந்தக் கிழிந்த துணியுடன் இங்கே வரக்கூடாது என்று கண்டித்தான். அன்று முழுதும் ஹன்னா அழுதுகொண்டிருந்தார்கள். உலகத்தில் உள்ள எந்த அம்மாவும் தன் பிள்ளைகளைக் காப்பாற்ற இந்தளவு சிரமப்பட்டிருக்க மாட்டார்கள்.

சார்லியின் தோற்றம் அந்தக் காலத்தில் மிகமிகவும் மோசமாக இருந்தது. தன் உருவத்திற்குப் பொருத்தமற்ற பெரிய சட்டையையும் காற்சட்டையையும் அணிந்திருந்தான் அவன். ஷூக்களும் தொப்பியும் மிகவும் பழசாகி நைந்திருந்தன. ஒரு நாள் இந்தத் தோற்றத்தில் சார்லி, மேற்குலத்தில் பிறந்தவனும் கெட்ட பெருமை உள்ளவனுமான ஒரு நண்பனின் அருகே செல்ல நேர்ந்தது. அப்போது அவன் மிகவும் அருவருப்புடனும், இழிவாகவும் சார்லியைப் பார்த்தான். அப்போதுதான் சார்லி வாழ்வில் முதன்முறையாக தன் உடைகளின் கேவலத்தைக் குறித்து அறிந்துகொண்டான்.

1901ஆம் ஆண்டு மே மாதம். சார்லியின் தந்தை நோயுற்று மருத்துவனையில் அனுமதிக்கப்பட்டார். விவரமறிந்த அம்மா தன் வெறுப்பையும், பகையையும் மறந்து மருத்துவமனைக்கு ஓடினார்கள். எல்லா நேரமும் அவர்கள் தன் கணவரின் படுக்கை அருகிலேயே இருந்தார்கள். ஒரு வாரம் முன்பு பார்த்தபோது தன் அப்பா, வாழ்க்கையிலேயே முதன்முறையாகத் தன் கன்னத்தில் முத்தமிட்டதை சார்லி நினைத்துப் பார்த்தான்.

பிறகு அப்பா அந்த நோய்ப் படுக்கையிலிருந்து எழுந்திருக்கவில்லை. அவரின் கடைசி வினாடி வரை ஹன்னா அவருக்குப் பணிவிடை செய்துகொண்டிருந்தார்கள். இறக்கும்போது சாப்ளின் சீனியருக்கு முப்பத்து ஏழு வயதுதான். கடுமையான மதுப்பழக்கம்தான் தன் அப்பாவின் உயிரைக் குடித்தது என்று அந்த சிறிய வயதிலேயே சார்லி புரிந்துகொண்டான்.

அப்பாவின் மரணத்தால் சார்லி மிகவும் துயரமடைந்தான். அப்பா தன்னிடம் அன்பாக நடந்து கொண்ட சில சந்தர்ப்பங்கள் பற்றிய நினைவுகளை அவன் பெரும் புதையல்போல தன் இதயத்தில் பாதுகாத்து வந்தான்.

பிறகு வந்த காலங்களில் சார்லி வாழ்க்கையை நேரடியாக எதிர்கொண்டான். படிப்பை விட்டுவிட்டு அவன் மாறி மாறி பல வேலைகள் செய்தான். வியாபாரியின் உதவியாளனாகவும், பெரிய வீட்டில் வேலைக்காரனாகவும், மருத்துவரின் வேலைக்காரனாகவும்,

அச்சகத் தொழிலாளியாகவும் அந்தச் சிறுவன் வேலை செய்தான். அவன் பள்ளிக்கூடத்தில் படித்த சில விஷயங்களும் அந்தக் கடுமையான வாழ்க்கைப் போராட்டத்தில் அவனுக்கு மறந்துபோனது. அந்தச் சிறிய சார்லி எந்த வேலையிலும் அதிக நாள் இருக்கமாட்டான். வேலையிலிருந்து விலக்கப்பட, அல்லது தானாக விலகிச் செல்ல அவன் ஏதாவது காரணத்தை உருவாக்கியிருப்பான். கடையில் அமர்ந்திருக்கும்போது, அங்குள்ள மிட்டாயை எடுத்து சுவைத்துப் பார்த்தது வியாபாரிக்குக் கோபத்தை ஏற்படுத்தியது. மருத்துவரின் வேலைக்காரனாக இருக்கும்போது, பரிசோதனை அறையை அவன் சுத்தப்படுத்தவே மாட்டான். அறையைச் சுத்தப்படுத்தும்போது, கண்ணில்பட்ட இரும்புக் குழாயை எடுத்து குழல் வாத்தியமாக ஊதிய காரணத்தால்தான் பெரிய வீட்டு அம்மா சார்லியை வேலையிலிருந்து விலக்கினாள்.

அச்சகத்தில் பார்த்த வேலைதான் சார்லிக்கு மிகவும் சுவாரஸ்யமாக இருந்தது. அவன் ஒரு சிறிய பையன். வயதுக்கேற்ற வளர்ச்சிகூட இல்லாதவன். மிகவும் பெரிய அந்த அச்சு இயந்திரத்தின் உயரமான பிளாட்பாரத்தில் ஏறி அந்தச் சோனிப் பையன் அச்சு இயந்திரத்தை இயக்கப் பாடுபடும் காட்சி ஒரே நேரத்தில் சுவாரஸ்யமாகவும், வேதனையாகவும் இருந்தது. ஒரு விசையைப் பிடித்து இழுக்க வேண்டியதுதான் தாமதம், உடனே அந்த அச்சு இயந்திரம் ஒரு ராட்சசப் பிராணியைப் போல கூச்சலிடும். உறுமும். முதல் நாளின்போது, அது தன்னை விழுங்கிவிடும் என்று சார்லி அஞ்சுவான். நாட்கள் ஆக ஆக அந்த அச்சம் தமாஷாக மாறியது. ஒரு நண்பனைப்போல அவன் அந்த இயந்திரத்துத்துடன் சேர்ந்துகொள்ளவும் சண்டையிடவும் செய்தான். அதைத் தொடுவதும் இயக்குவதும் அவனுக்கு மிகவும் பிடித்த பொழுதுபோக்கானது. அந்த அச்சகத்தில் அவனுக்கு வாரம் பனிரெண்டு ஷில்லிங் சம்பளம்.

ஒரு நாள் சார்லி, ஒரு குடும்ப நண்பரைப் பார்த்துவிட்டு வீட்டுக்குத் திரும்பிக்கொண்டிருந்தான். வீட்டை நெருங்கியபோது பக்கத்து வீட்டிலிருந்து ஒரு சிறுமி ஓடி வந்து அவனிடம் சொன்னாள்: "சார்லி, உன் அம்மாவுக்குப் பைத்தியம் பிடித்துவிட்டது!"

அம்மா அன்று முழுதும் அலைந்து திரிந்துகொண்டிருந்திருக்கிறார்கள். குழந்தைகளைப் பார்க்கும்போது, மகனே, மகளே இந்தா பாட்டி உனக்குப் பரிசு தருகிறேன் என்று சொல்லி நிலக்கரியை எடுத்துக் கொடுத்திருக்கிறார்கள். காலையில் சார்லி புறப்படும்போது அம்மா நன்றாகத்தான் இருந்தார்கள். அவர்களின் நடவடிக்கைகளும், செயல்களும் எந்த வித்தியாசமும் இல்லாமல் சாதாரணமாகத்தான் இருந்தது. அதனால் சார்லி அந்தச் சிறுமி சொன்னதை நம்பவில்லை.

வீட்டுக்குச் சென்றபோது அம்மா வழக்கம்போல சன்னல் அருகில் அமர்ந்திருந்தார்கள். அவர்களின் முகம் தெளிவாக அமைதியாக

இருந்தது. வித்தியாசமான எந்த ஒரு உணர்ச்சியும் அவர்களின் முகத்தில் இல்லை.

"என்ன அம்மா?" சார்லி கேட்டான்.

"ஒன்றுமில்லை மகனே." என்று பதில் சொன்னார்கள் அம்மா.

"நீங்கள் பக்கத்து வீட்டுக்குச் சென்றீர்களா?"

"ஆமாம் மகனே."

"என்ன விஷயம் அம்மா?"

"உனக்கு ஒன்றும் தெரியாதா? உன் அண்ணன் ஸிட்னி இருக்கிறானே, அவனை யாரோ பிடித்துச் சென்று ஒளித்து வைத்திருக்கிறார்கள். அதைக் கண்டுபிடிக்கத்தான் நான் சென்றேன். அந்த மக்காத்தி இருக்கிறானே, திருடன்! அவன் மீதுதான் எனக்குச் சந்தேகம்."

அம்மாவின் நிலையைக் குறித்து அதற்கு மேலும் அவனுக்கு விளக்கம் தேவைப்படவில்லை.

உண்மையில் சில நாட்களுக்கு முன்புதான் ஹன்னாவிடம் மீண்டும் மன நோயின் அடையாளங்கள் தென்படத் தொடங்கியிருந்தன. ஆனால் சார்லி அதைக் கவனிக்கவில்லை. தன் கணவரின் மரணமும், கடும் உழைப்பும், உணவுப் பஞ்சமும் எல்லாம் சேர்ந்து அவர்களின் உடல்நிலையை மிகவும் பாதித்திருந்தது.

மணிக்கணக்காக ஹன்னா சன்னலின் அருகிலேயே அமர்ந்திருந்தார்கள். அவர்கள் குளிக்கவில்லை. உணவு உண்ணவில்லை. உடைகளை மாற்றிக்கொள்ளவில்லை. இறுதியில் அண்டைவாசிகள் எல்லோரும் சேர்ந்து ஹன்னாவை மனநோய் மருத்துவமனைக்குக் கொண்டு சென்றார்கள்.

சார்லி இப்போது முற்றிலுமாகவே நிராதரவாகிவிட்டான். கப்பல் வேலைக்குச் சென்ற ஸிட்னிக்கு இந்த விவரங்கள் எதுவும் தெரியாது. அவனுக்குத் தெரிவிக்க வேண்டும் என்று சார்லி விரும்பினாலும் ஸிட்னியின் முகவரி தெரியவில்லை. என்ன செய்வது என்று தெரியாமல் சார்லி அல்லாடினான். வேலைக்குப் போகத் தோன்றவில்லை. வீட்டில் இருந்தும் தெருவில் அலைந்தும் பகல் பொழுதைக் கழித்தான். வீட்டு உரிமையாளர், அந்த வீட்டில் தங்கிக்கொள்ளும்படி கருணையுடன் அனுமதி அளித்திருந்தார். ஆயினும் மற்றொரு வாடகைக்காரன் வரும்போது வீட்டைக் காலி செய்துவிட வேண்டும்.

சிறிது காலத்திற்குப் பிறகு ஸிட்னி வீட்டுக்கு வந்தான். தன் தம்பியின் நிலையைப் பார்த்தபோது அவன் மனம் கொடும் வேதனையடைந்தது. சார்லி எலும்பும் தோலுமாக இருந்தான். அவன் அணிந்திருந்த ஆடைகள் அழுக்காகிக் கிழிந்திருந்தன. நாட்கணக்காக் அவன் குளித்திருக்கவில்லை.

ஸிட்னி முதலில் தன் தம்பியை நன்றாகக் குளிக்க வைத்தான். பிறகு வெளியில் சென்று புதிய ஆடைகள் வாங்கி வந்து தம்பிக்கு அணிவித்தான். சார்லி, அம்மாவைப் பற்றிச் சொன்னான். இனி கப்பல் வேலைக்குச் செல்ல வேண்டியதில்லை என்று ஸிட்னி சொன்னான். அவன் நாடகங்களில் நடித்து தன் அதிர்ஷ்டத்தைப் பரிசோதிக்கப்போகிறானாம்! அம்மாவை விட்டுவிட்டுப் போவது நல்லதல்ல. எனவே தன் அண்ணனின் யோசனையை சார்லி ஏற்றுக் கொண்டான். அவர்கள் தங்களுக்கேற்ற வேலை தேடி இந்த விசாலமான உலகத்தில் அலைந்து திரிந்தார்கள். அப்போது சார்லிக்கு பனிரெண்டு வயது.

அமெரிக்காவில்...

*கா*லம் 1901-1905. சார்லி, ஸிட்னி என்னும் சிறுவர்கள் நடிப்புத் தொழில் செய்து வாழ முடிவு செய்து அலைந்த காலங்கள் அவை. நாடக - நடன சபைகள் அந்தக் காலத்தில் நகரங்களிலும் கிராமங்களிலும் இருந்தன. விளையாட்டு, தமாஷ், வித்தைகள் காட்டியபடி சிறுசிறு குழுக்கள் மாதக்கணக்காக ஊர் சுற்றும். குட்டி நடிகனாக சார்லி ஒரு குழுவில் சேர்ந்தான். பிற்பாடு அக்காலத்தில் சிறந்த இயக்குனர்களில் ஒருவராக இருந்த னஸன்னட் பெரியின் குழுவில் இணைந்தார். துப்பறியும் நிபுணரான ஷெர்லக்ஹோம்ஸ் பற்றிய கதைகளைத்தான் அவர்கள் அக்காலத்தில் நடித்துக்கொண்டிருந்தார்கள். ஹோம்ஸின் வேலைக்காரனாக சார்லி வேடமிட்டான்.

ஜில்லட் என்ற கனவான்தான் அக்காலத்தில் மிகப் பெரிய நாடகக் கலைஞராக இருந்தார். அவரும் ஹோம்ஸின் கதைகளை நாடகமாக நிகழ்த்தத் தொடங்கினார். சார்லி அங்கும் நடித்தான். விரைவிலேயே மிகச் சிறந்த ஒரு நடிகனாக அவன் புகழ் பெற்றான். அந்தச் சிறிய வயதிலும் சார்லி நடிப்பில் தனக்கான ஒரு புதிய பாணியைக் கண்டுபிடித்திருந்தான் என்பதுதான் மிகவும் முக்கியமான விஷயம். உலகப் புகழ் பெற்ற ஒரு நடிகனாகத் தான் ஆகவேண்டும் என்ற எண்ணம் அன்றைக்கு இல்லை. நாடகக் கலை உலகத்தைப் பற்றிக்கூட அவனுக்கு நன்றாகத் தெரிந்திராத பருவம் அது. எப்படியாவது வாழ்ந்துவிட வேண்டும் என்பதுதான் சார்லியின் மிகவும் முக்கியமான பிரச்சினையாக இருந்தது. தவிர, கோமாளியாக இருப்பதற்கு சார்லி மிகவும் விரும்பினான். ஆனால், தன் கோமாளி வேடம் மற்ற கோமாளி வேடங்களிலிருந்து வித்தியாசமாக இருக்க வேண்டும். அதற்காக வழக்கமான பாணிகளை அவன் புறக்கணித்தான். நகைச்சுவையைப் பற்றித் தானே ஒரு வரையறையை உருவாக்கி அதை ரகசியமாக மனதில் பாதுகாத்தான்.

"ஒரு வழியில் முன்னேறிக்கொண்டிருக்கிற ஒரு கருத்து எதிர்பாராதவிதமாக முற்றிலும் நேர்மாறான மற்றொரு கருத்துடன் மோதும்போது, அதிலிருந்து உருவாவது நல்ல நகைச்சுவையாக இருக்கும்." இதுதான் அந்த வரையறை.

அதற்கேற்றபடி சின்னச் சார்லி கோட்டும், சூட்டும், தொப்பியும் அணிந்து கையில் ஒரு பிரம்புத் தடியையும் சுழற்றியபடி ஒரு பெரிய மனிதரைப் போன்ற கௌரவ பாவத்துடன் நுழைந்து ஒரு நாற்காலியில் அமர முற்படுகிறான். ஆனால் பார்வையாளர்கள், நம் பெரிய மனிதர் மிகப் பக்கத்தில் இருக்கிற ஒரு பூனையின் மீது அமர்வதைப் பார்க்கிறார்கள். உடனே அரங்கம் வெடிச்சிரிப்பில் குலுங்குகிறது. சூழ்நிலைக்குப் பொருந்தாத அந்த கௌரவமான பாவம்தான் அனைவரையும் சிரிக்க வைக்கிறது. பிறகு முகத்தாலும், உடலாலும் சில அசைவுகள். மற்ற நடிகர்கள் சார்லியின் அந்த முக பாவனைகளையும், உடல் அசைவுகளையும் பின்பற்றி நடிக்கும்போது, பார்வையாளர்கள் ஒருவரின் உதட்டிலும் அது சிறு புன்னகையைக்கூட ஏற்படுத்துவதில்லை. அதுதான் சார்லியின் திறமை.

இழந்த நன்மைகள் சிறுகச்சிறுக மீண்டு வந்தன. நோய் குணமடைந்து அம்மா வீட்டிற்கு வந்தார்கள். எல்லா வசதிகளும் உள்ள ஒரு வீட்டில் அவர்கள் வாழ்ந்தார்கள். அண்ணனும் தம்பியும் நாடகத்தில் நடித்துத் தேடிய செல்வங்கள்தான் அவையெல்லாம்.

பிரெட்கார்னோ என்பவரின் நாடகக் குழு அந்தக் காலத்தில் பெரும் புகழ் பெற்றிருந்தது. அவரது குழுவில் நடிகராகச் சேர ஒருவருக்கு வாய்ப்புக் கிடைத்தால் அது பெரும் பாக்கியமாகக் கருதப்பட்டது. ஆனால் சார்லிக்கு அந்தப் பாக்கியம் கிடைக்கவில்லை. கார்னோவுக்கு ஒரு நகைச்சுவை நடிகன் தேவைப்பட்டான். ஆனால் அவருக்கு ஸிட்னியைத்தான் மிகவும் பிடித்தது. நல்ல லட்சணம் இல்லாத ஒரு பையன் என்றுதான் அவர் சார்லியைக் குறித்துச் சொன்னார். வயதுக்கேற்ற வளர்ச்சி இல்லாததால் அவன் மேடையில் சிறந்த வகையில் தோற்றமளிக்கமாட்டான் என்பது அவரது கருத்து. நடிப்பைப் பொறுத்தவரையிலும் ஸிட்னிதான் சார்லியையவிடத் திறமையானவனாக இருந்தான். சார்லியையும் சேர்த்துக்கொள்ளலாம் என்றால் குழந்தைகள் பாத்திரம் எதுவும் தற்சமயம் இல்லை. பெரியவர்களின் பாத்திரம் ஏற்று சார்லி நடித்தால் அது மிகவும் பொறுத்தமற்று இருக்கும் என்று அவர் உறுதியாகச் சொன்னார். அதைக் கேட்டு சார்லிக்கு அழுகை வந்தது. மேக்கப் போட்டுக்கொண்டால் எல்லாம் சரியாகிவிடும் என்று அவன் வேண்டிக் கேட்டுக்கொண்டான். ஆனால், கார்னோ அவன் சொன்னதைப் பொருட்படுத்தவில்லை. மறுநாளே ஸிட்னி ஒத்திகையைத் தொடங்கினான். சார்லி பெரிதும் ஏமாற்றமடைந்தான்.

சார்லி, அண்ணனின் உதவியை நாடினான். அண்ணன் கார்னோவிடம் தன் தம்பியின் திறமையை பணிவுடன் எடுத்துச் சொன்னான். சார்லி மெலிந்த உடல் அமைப்புக் கொண்டவனாக இருந்தாலும், வேடமிட்டு அரங்கிற்குச் சென்றால் ஆள் மிகவும் மாறிவிடுவான் என்று உறுதி கொடுத்தான். டிக்கன்ஸின் சுதாபாத்திரங்களை எட்டு வயதிலேயே சார்லி மேடையில் நடித்து கைத்தட்டல் பெற்றிருப்பதையும் விளக்கிச் சொன்னான். ஆனால் கார்னோ அவற்றையெல்லாம் பொருட்படுத்தவில்லை.

ஆனால், சாப்ளின் பிடிவாதமாக கார்னோவை மீண்டும் மீண்டும் தொந்தரவு செய்துகொண்டே இருந்தான். கடைசியில் கார்னோ ஏற்றுக்கொண்டார். அவர் சார்லிக்கு, "ஃபுட் பால் மேச்" என்னும் நாடகத்தில் வில்லன் வேடம் கொடுத்தார். அதற்கு ஏற்ற ஆள் கிடைக்காத காரணத்தால் வேறுவழி இல்லாமல்தான் சார்லி அழைக்கப்பட்டான். சார்லி அந்தப் பாத்திரத்தைக் கெடுத்துவிடுவான் என்று அவர் உறுதியாக நம்பினார். ஆனால், வில்லன் பாத்திரத்தில் நடிக்க தகுதியானவர் கிடைக்காததால் நாடகம் முடங்குவதைவிட யாரையாவது வைத்து ஒப்பேற்றி நாடகத்தை நடத்துவதுதான் நல்லது என்று அவர் நினைத்து நிம்மதியடைந்தார். வெல்டன் என்னும் புகழ் பெற்ற நடிகர்தான் அதில் கதாநாயகன். நகைச்சுவை நடிகனான சார்லி வில்லனாக நடித்தால் எப்படியிருக்கும்?

நாடகம் தொடங்கியது. வெல்டன் ஒரு கோலியாக நடித்தார். ஒரு கால்பந்தாட்டப் போட்டி தொடங்கப் போகிறது. அதற்கு முன்பே

வில்லன் வந்து எதிர் பக்கத்தின் கோலிக்கு லஞ்சம் கொடுத்து, தனக்குச் சாதகமாகச் செயல்பட வைக்க முயல்கிறார். அந்தக் காட்சியிலிருந்துதான் சார்லி தோன்றுகிறான். வில்லனாக நடித்தாலும் அவ்வப்போது தமாஷ் செய்யலாம். ஆனால், கதாநாயகன் வருவதற்கு முன்னால் அப்படிச் செய்ய அனுமதி இல்லை. எல்லா நகைச்சுவைக் காட்சிக்கும் உரியவர் கதாநாயகன்தான்.

சார்லி முன்பு நாடகத்தைப் பல முறை பார்த்திருக்கிறான். பல முறை ஒத்திகையும் பார்த்திருக்கிறான். ஆயினும் வில்லன் வேடமணிந்து நடிக்க அரங்கிற்குள் நுழைவதற்கு முன்பு வழக்கத்திற்கு மாறான ஒரு திகைப்பு. தன்னம்பிக்கை வறண்டுவிட்டது. உயரமும் எடையும் குறைவான சார்லியைப் பார்த்தால் வில்லன் என்று யாரும் சொல்ல மாட்டார்கள். கார்னோ மிகவும் குழம்பினார். அவரது முகம் அஷ்டகோணலாகியது. சாரிலியை நடிக்க வைத்து நாடகம் நடத்தி அவமானப்படுவதைவிடவும் நாடகத்தை நடத்தாமல் இருப்பதுதான் நல்லது என்று அவருக்குத் தோன்றத் தொடங்கியது.

அந்தச் சமயத்தில் கோட்டும் சூட்டும் அணிந்து கையில் தடியைச் சுழற்றிக்கொண்டு முன் மாதிரியான வில்லன் வேடத்தில் சார்லி மேடைக்கு வந்துவிட்டான். பிரத்தியேக சிரத்தை எடுத்து கண்கள் இரண்டையும் சிவப்பாக்கியிருக்கிறான். வில்லன் நடிகர்கள் வழக்கமாக அணியும் செயற்கை மூக்கும் வைத்திருக்கிறான்.

நடிப்பு தொடங்கிவிட்டது. ஆனால் சார்லி தான் ஒத்திகையின்போது செய்தவற்றை மறந்துவிட்டான். வழக்கமான பாணியில் அல்லாமல் புது விதமாக வில்லன் சபையோருக்கு முதுகைக் காட்டிக்கொண்டு அரங்கிற்குள் நுழைந்தது கார்னோவுக்குக் கோபத்தை ஏற்படுத்தியது. யாரெல்லாமோ சிரித்தார்கள். பூனை கத்தியது. கதாநாயகன் பற்களைக் கடித்துக்கொண்டார். சார்லி அதையெல்லாம் பார்க்கவே இல்லை. தான் ஒத்திகையின்போது நடித்தது மறந்தபோது அவன் தனக்குத் தோன்றியதைச் செய்யத் தொடங்கினான். அந்த நடிப்பை பார்வையாளர்கள் வரவேற்கத் தொடங்கினார்கள். அவன் தானாகவே உருவாக்கிய உரையாடல்களை மக்கள் நன்றாக ரசித்தார்கள். ஆனால் சார்லியின் வித்தியாசமான உடல் அசைவுகள்தான் பார்வையாளர்களை வெகுவாகக் கவர்ந்தன. இத்தகைய கோமாளி விளையாட்டுகளுக்கிடையில் எதிர்பாராதவிதமாக ஒரு சங்கடம் ஏற்பட்டது.

சார்லியின் காற்சட்டை கழன்று விழத் தொடங்கியது. உடனே அவன் அந்த நெருக்கடியான நேரத்தையும் தனக்குச் சாதகமாகப் பயன்படுத்திக்கொண்டான். காற்சட்டையின் ஒரு பித்தான் உண்மையிலேயே கழன்று விழுந்துவிட்டது. சார்லி காற்சட்டையை பற்றிப் பிடித்தி மேலே ஏற்றிக்கொண்டான். பிறகு பித்தானையும் பொறுக்கி எடுத்தான். அந்தச் சமயத்தில்தான் கதாநாயகன் அரங்கிற்கு வருகிறார். மிகவும் கோபத்துடன்தான் அவர் வந்தார். ஏனென்றால்,

கதாநாயகன் வருவதற்கு முன்பே வில்லன் காட்சியைக் கெடுத்துவிட்டான் அல்லவா, அதுதான் காரணம். ஆனால் சார்லி அதையெல்லாம் பொருட்படுத்தவில்லை. அவன் நேராகக் கதாநாயகனை நெருங்கிச் சென்று சிறப்பான உடல் அசைவுகளாலும், முக பாவனைகளாலும், "இதோ, பித்தான் விழுந்துவிட்டதைப் பார்த்தாயல்லவா. அதைத் தைப்பதற்கு ஒரு ஊசி கொடு!" எனும் அர்த்தம் வரும்படி நடித்தான். பார்வையாளர்கள் இதை பெரிதும் ரசித்தார்கள்.

சார்லியின் நடிப்புத் திறன் ஒன்றால் மட்டுமே "ஃபுட் பால் மேச்" என்னும் அந்த நாடகம் மாபெரும் வெற்றி பெற்றது. அதிகமான மேடைகளில் அந்த நாடகம் நிகழ்த்தப்பட்டது. அத்துடன் நாடக மேனேஜரும், நாடக இயக்குனரும் சார்லியை அவன் போக்கில் விட்டுவிட்டார்கள். ஆனால் வெல்டன் கோபம் கொண்டார். அவருக்கு வரவேண்டிய புகழ் அனைத்தையும் இந்தச் சின்னப் பையன் தட்டிச் செல்கிறான் அல்லவா! அவர் சார்லியின் மீது மிகவும் பொறாமைகொண்டார். இதன் காரணமாக அவர் ஒரு நாள் நடித்துக்கொண்டிருக்கும்போது சார்லியின் முகத்தில் ஓங்கி அடித்தார். சார்லியின் மூக்கிலிருந்து ரத்தம் வழிந்தது. பிற்பாடு பலமுறை அவர் சார்லியை அச்சுறுத்தியிருக்கிறார். ஆனால் அந்தச் சிறுவனுக்கு ஆதரவு பெருகி வருவதைக் கண்ட வெல்டன் விரைவிலேயே அந்த இடத்தைவிட்டுப் போய்விட்டார்.

வெல்டன் சென்றவுடன் சார்லி கதாநாயகன் வேடத்தில் நடிக்கத் தொடங்கினான். அவன் நாயகனாக நடிப்பதற்கான அரங்கேற்றம், லண்டனில் மிகவும் புகழ் பெற்ற ஒக்ஸ்பெட் அரங்கில் நிகழ்ந்தது. பெரிய மேதைகள் பலரும் அந்த நாடகத்தைக் காண வந்திருந்தார்கள். சார்லியின் தொண்டையில் நோய் வந்து குரல் வெளிவராத நேரம் அது. திடீரென்று இப்படி ஒரு பாதிப்பு ஏற்பட்ட காரணத்தால், முன்னமே முடிவு செய்திருந்த நாடக நிகழ்ச்சியை ஒத்திவைக்க முடியவில்லை. எதிர்பார்த்ததுதான் நடந்தது. சார்லி முதன் முதலாகக் கதாநாயகன் வேடம் ஏற்று நடித்த அந்த நாடகம், அவனது குரல் பிரச்சினையால் தோல்வியடைந்தது. அது மிகவும் கௌரவமானவர்கள் நிறைந்திருந்த அரங்கு என்பதால் பெரிதாகக் கூச்சல் குழப்பங்கள் எதுவும் ஏற்படவில்லை. ஆனால் சார்லியின் புகழுக்குக் களங்கம் ஏற்பட்டது. உயர்ந்த நிலைக்குச் சென்றபோது எதிர்பாராமல் ஏற்பட்ட வீழ்ச்சி அது. சார்லியைவிட கார்னோதான் அதிகம் வருந்தினார். அவரின் நாடக வாழ்க்கையில் இதுபோன்ற ஒரு சம்பவம் முன்பு ஏற்பட்டதில்லை. இந்த முட்டாள் சார்லியை வைத்துக்கொண்டு இனி எப்படி நாடகம் போடுவது?

கார்னோ நல்லவர். நாகரிகம் மிக்கவர். ஆனால் அவருக்கு யாரையாவது பிடிக்கவில்லை என்றால் அவர் மிகவும் மோசமாக நடந்துகொள்வார். சார்லியை அவர் அடித்தார், திட்டினார். ஆனால்

அவனை விலக்கிவிடவில்லை. சம்பளத்தை மட்டும் குறைக்கத் தீர்மானித்தார். அப்போதுதான் அவர் அந்தப் பையனின் தனிப்பட்ட குணத்தைக் கண்டார். கார்னோவால் தன்னைத் தவிர்க்க முடியாது என்று அவனுக்கு நன்றாகத் தெரிந்திருந்தது. தொண்டைப் பிரச்சினையின் காரணமாக ஒரு முறை நாடகம் தோல்வி அடைந்ததைத் தவிர்த்தால் மற்றபடி தான் பார்வையாளர்களுக்கு மிகவும் பிடித்த நடிகன் என்பதில் அவனுக்கு எந்தச் சந்தேகமும் இல்லை. அது கார்னோவுக்கும் தெரியும். தான் இல்லாமல் கார்னோவால் நாடகம் நடத்த இயலாது. அதனால் எனக்கான ஊதியத்திலிருந்து பைசாக் காசுகூட குறைக்கக் கூடாது என்று உறுதியாகச் சொன்னான் சார்லி. அது மட்டும் அல்ல, குறிப்பிட்ட நாளிலிருந்து அதிகமான ஊதியம் கேட்டான். அதை ஏற்றுக்கொண்டார் கார்னோ.

அதிகம் பேசாத, கூச்ச சுபாவம் உள்ள, தனக்குள் ஆழ்ந்திருக்கும் தன்மை கொண்டவனாக இருந்தாலும் - ஊதியத்தைக் கேட்டு வாங்குவதில் அவனுக்கு இருந்த அபாரமான திறமை வெளிப்பட்ட முதல் சந்தர்ப்பம் அது.

கார்னோவுடன் இப்படிப் பல விஷயங்களில் முரண்பட்டான் என்றாலும், சார்லி சாப்ளின் என்னும் மிகப் பெரும் நடிகர் உருவாவதில் கார்னோ என்னும் நாடக அமைப்பாளர் செலுத்திய பாதிப்பு மிகவும் அதிகம் என்று சாப்ளின் தன் வாழ்க்கை வரலாற்றில் எழுதியிருக்கிறார். சார்லி பிறப்பிலேயே பெற்றிருந்த மௌன நடிப்புத் திறனை அடையாளங் கண்டு, அதை முறைப்படுத்தி குற்றமற்ற வகையில் செம்மைப்படுத்தியவர் கார்னோதான். நிறம் பூசிய கண்களை அசைத்து பார்வையாளர்களை ஒரே சமயத்தில் அழவும் சிரிக்கவும் வைத்த அவனது இணையற்ற திறமையை முதலில் கண்டுபிடித்து உற்சாகப்படுத்தியவர் அவர்.

அதே கார்னோதான் பிற்காலத்தில் சார்லியை அமெரிக்காவுக்கு அனுப்பி அவனுக்கு சினிமாவின் அற்புத உலகத்தைக் காட்டிக் கொடுத்தார். அது மௌனப் படங்களின் காலம். அதனால் மௌன நடிப்புத் திறமைக்கு சினிமாவில் நிறைய வாய்ப்புகள் இருந்தன.

அப்படி 1910 - ஆம் ஆண்டு செப்டம்பரில் தன் இருபத்தி ஒன்றாம் வயதில் சார்லி சாப்ளின் கப்பல் ஏறி அமெரிக்காவுக்குச் சென்றார். என்றும் தன் உடன் வருகிற தன் அண்ணனிடம்கூடச் சொல்லாமல், தான் உயிருக்கும் மேலாக நேசித்த அம்மாவுக்கும் தெரியாமல் புறப்பட்டார் அவர். புறப்படும் முன்பு, உறங்கிக்கொண்டிருந்த அண்ணனின் அருகில் ஒரு குறிப்பு எழுதி வைத்தார். அம்மாவை மனதில் வணங்கி இரவின் மறைவில் தொடங்கிய அந்தப் பயணம்தான் உலகின் மிகப் பெரும் நடிகராக சார்லி சாப்ளினை மாற்றியது.

அன்றைய காலகட்டத்தில் லூமியர் சகோதரர்கள் சினிமாவைக் கண்டுபிடித்து பதினைந்து வருடங்கள் முடிந்திருந்தன. ஐந்து அல்லது

ஆறு நிமிடங்கள் ஓடக்கூடிய படங்கள்தான் அன்று வெளிவந்தன. கேமராவைப் பயன்படுத்தி ஏதாவது காட்சியைப் படம்பிடித்துத் திரையில் காட்டினால் அதுதான் சினிமா என்று மக்கள் நம்பிக்கொண்டிருந்தார்கள். சினிமாவைப் பற்றிய இந்தக் கருத்தை உடைத்து சினிமாவை ஒரு இணையற்ற கலையனுபவமாக மாற்றுவதில் சார்லி சாப்ளின் பெரும் பங்கு வகித்தார். சினிமாவில் அவர் தன் முதலாவது அரங்கேற்றத்தை நிகழ்த்தியது, "மேக்கிங் எ லிவிங்' என்னும் பதினைந்து நிமிடங்கள் ஓடக்கூடிய திரைப்படத்தின் மூலமாகத்தான். இந்தப் படம் 1914-ஆம் ஆண்டு வெளியானது.

தொடக்ககால திரைப்படங்கள்

நியுயார்க். 1910 செப்டம்பர். அமெரிக்க ஐக்கிய நாடுகளில் உள்ள அந்தப் பெரு நகரம் சார்லிக்கு மிகவும் தடுமாற்றத்தை ஏற்படுத்தியது. அந்தப் பெருநகர வாழ்க்கை சாகசமாகவும், ஆச்சரியமாகவும், சற்று அச்சமளிப்பதாகவும் இருந்தது. தெருக்களில் நடக்கும்போது, ஹோட்டல்களுக்குச் செல்லும்போது, பெரிய மனிதர்களுடன் பழகும்போது சார்லி கரையில் போட்ட மீனைப்போலத் துன்புற்றார். முன்னர் கார்னோவின் ஒரு குழுவுடன் பாரீசுக்குச் சென்ற அனுபவம் உண்டு. பாரீசில் எல்லாமும் இயல்பாக இருந்தன. அங்குள்ள மக்களைப் பார்க்கும்போது, அவர்கள் முன்னரே அனுபவப்பட்ட மக்கள் போன்று மனதில் ஒரு எண்ணம் தோன்றியது. இடங்களும் பழகிய இடங்களைப் போன்றே தோன்றின. அங்குள்ள கடைகளும், பூங்காக்களும் தமக்கு நெருக்கமானவர்களை கை காட்டி அழைப்பதைப்போல, தன்னை அழைப்பதாக சார்லி உணர்ந்திருந்தார். ஆனால், அமெரிக்காவில் எல்லாம் முற்றிலும் வேறாக இருந்தன. எல்லாம் செயற்கையாக இருந்தன. அன்புடன் அழைத்து நலம் விசாரிக்க இங்கே யாரும் இல்லை. எல்லாமும் விரைவுதான் அங்கே. மக்கள் சாலையில் எவ்வளவு விரைவாக நடக்கிறார்கள்! யாருக்கும் எதற்கும் நேரம் இல்லை. எதையோ தேடி எங்கோ ஓடுகிறார்கள் அனைவரும். மக்கள் நெருக்கம் நிறைந்த தெருக்களில் செல்லும்போதுகூட, சார்லியை சொல்ல முடியாத ஒரு தனிமையும், அந்நியப்பட்ட தன்மையும் சூழ்ந்திருந்தது.

நகர மையத்தில் உள்ள பிராட்வே என்னும் இடம் கலைவியாபாரத்தின் சொர்க்கம் என்று அழைக்கப்பட்டது. மின்விளக்குகளால் அலங்கரிக்கப்பட்ட அந்தத் தெருக்களில் மாலை நேரங்களில் தனியே நடக்கும்போது சார்லியின் தன்னம்பிக்கை கொஞ்சம் கொஞ்சமாக மீண்டு வந்தது. பெரும் வாய்ப்புகளின் நகரம்தான் நியுயார்க். கவனத்துடன் அடியெடுத்து வைத்தால் அமெரிக்காவில் தான் பல வெற்றிகளைப் பெற முடியும் என்று நம்பினார் சார்லி. எப்போதும்

'சர்க்கஸ்' திரைப்படத்தில் ஒரு காட்சி

தைரியத்துடன் இருக்க வேண்டும் என்று அவர் மனது அவருக்குக் கட்டளையிட்டது. மகிழ்ச்சியான பொழுதுபோக்குகளைத் திறந்த மனத்துடன் வரவேற்கின்ற ஒரு மக்கள் கூட்டத்தின் இடையில் இப்போது தான் இருப்பதாக அவர் உணர்த்தார். அமெரிக்க மக்கள் கலைக்கு எந்தளவு முக்கியத்துவம் கொடுக்கிறார்கள் என்பது பத்திரிகைகளைப் பார்த்தாலே தெரியும். செய்தித்தாள்கள் ஒரு முழு பக்கம் முழுதும் கலை தொடர்பான செய்திகளை வெளியிடுகின்றன. கலை சார்ந்த அனுபவக் குறிப்புகள், கலை விமர்சனங்கள், முக்கிய கலைநிகழ்ச்சிகளின் பட்டியல்கள் என்னும் விவரங்கள் எல்லாம் பத்திரிகைகளில் இருக்கும். ஒரு நாள் தன்னைப் பற்றிய விமர்சனக் கட்டுரையும் அந்தப் பத்திரிகைகளில் வெளிவரும் என்று சார்லி நம்பினார்.

அல்ரீவ்ஸ் என்பவர்தான் அன்று சார்லியின் ஸ்பான்சராக இருந்தார். வெளவெளஸ் என்ற நிகழ்ச்சியைத்தான் அவர் அமெரிக்க ரசிகர்களுக்காக நடத்த விரும்பினார். அது ஒரு கதம்ப நிகழ்ச்சி. பாட்டு, கதை, நடனம், நாடகம், கோமாளிச் சேட்டைகள் எல்லாம் கலந்த நிகழ்ச்சிதான் கதம்ப நிகழ்ச்சி. அந்த நிகழ்ச்சியைப் பற்றி சார்லிக்கு அவ்வளவு நல்ல அபிப்பிராயம் ஒன்றும் இல்லை. ஆயினும் அமெரிக்க மக்கள் அதை ரசிப்பார்கள் என்று எதிர்பார்த்தார். குறைந்தபட்சம் தன் கோமாளிச் சேட்டைகளை அவர்கள் ரசிப்பார்கள் என்று நம்பியிருந்தார் சார்லி. ஆனால், பெருஞ்சிரிப்பை எதிர்பார்த்த இடத்தில் ஒரு சிறு புன்னகைகூட எழவில்லை. சென்ற இடத்தில் எல்லாம் பார்வையாளர்களின் உற்சாகமற்ற எதிர்வினையைத்தான் காண நேர்ந்தது. ஆண்களும்

கீஸ்டோன் கம்பெனி

பெண்களும் ஒரே மாதிரியான ஆழ்ந்த தன்மையுடன் நிகழ்ச்சி முடியும் வரை அரங்கத்தில் அமர்ந்திருந்தார்கள். அவர்கள் முகத்தில் சின்னச் சிரிப்புகூட தோன்றவில்லை. அவர்கள் நிகழ்ச்சியின் மீது வெறுப்புற்று எழுந்து வெளியே செல்லவில்லை என்பதுதான் ஒரே நல்ல விஷயம். ஆயினும் நிகழ்ச்சிகள் நடத்துவதற்கான வாய்ப்புகள் தொடர்ந்து கிடைத்துக்கொண்டிருந்தன. முதல் நிகழ்ச்சிகள் முடிந்ததும் அதன் பிறகு புதிய நிகழ்ச்சிகள் நடத்துவதற்கான ஒப்பந்தங்கள் ஏற்பட்டன. தொடர்ந்து பயணங்கள் மேற்கொள்ள வேண்டி வந்தன. முக்கியமான நகரங்களில் எல்லாம் சார்லியின் நாடகக் குழு தங்கியது. நிகழ்ச்சியைப் பார்ப்பதற்கு அரங்கம் நிறைய மக்கள் வந்து கூடினார்கள். ஆனால் நிகழ்சியைக் கண்டு அனுபவித்து மகிழ்ந்ததற்கான எதிர்வினை எதுவும் அவர்களிடமிருந்து வரவில்லை. ஆனால் அந்தக் குழுவிற்கு நல்ல வருமானம் வந்தது. சார்லிக்கும் நல்ல ஊதியம் கிடைத்தது. ஆயினும் திருப்தி ஏற்படவில்லை. சார்லிக்கு ஒரு விஷயம் புரிந்தது. நாடகம் தோல்வி என்றாலும் தன் நடிப்பைக் குறித்து எங்கும் நல்ல அபிப்பிராயம்தான். இந்தளவு நல்ல அபிப்பிராயம் கிடைத்ததே அதிர்ஷ்டம்தான். ஆனால் விரைவிலேயே சார்லி குழுவுடன் தன் சொந்த ஊருக்குத் திரும்ப வேண்டிய கட்டாயம் ஏற்பட்டது. அந்தச் சந்தர்ப்பத்தில் ஊரில் ஸிட்னிக்குத் திருமணம் நடந்தது. அப்போது ஸிட்னி ஒரு சிறந்த நகைச்சுவை நடிகராகப் புகழ் பெற்றிருந்தார். மிகவும் அதிர்ச்சியளித்த செய்தி பின்னால் வந்தது. அம்மா மீண்டும் மனநோய் மருத்துவனையில் சேர்க்கப்பட்டிருக்கிறார்கள். இந்த முறை அம்மா மிகவும் பாதிக்கப்பட்டிருந்தார்கள். மின் அதிர்ச்சி கொடுத்து மருத்துவமனையில் கிடத்தப்பட்டிருந்தார்கள்.

சார்லி ஊருக்குச் சென்று அண்ணனை அழைத்துக்கொண்டு அம்மாவைப் பார்க்கச் சென்றார். ஆனால் அம்மா இருக்கும் இடத்தின் உள்ளே சென்று பார்ப்பதற்குத் துணிச்சல் இல்லை. கண்ணீருடன் திரும்பினார். அன்றே அம்மாவை ஒரு தனியார் மருத்துவமனைக்கு மாற்றுவதற்கான ஏற்பாட்டைச் செய்தார்.

தனக்குப் பெரும் வேதனை தரும் அம்மாவின் நோயுற்ற உருவத்தை தன் நினைவிலிருந்து அகற்றி வைக்க, அமெரிக்கா செல்ல விரும்பினார் சார்லி. அதிர்ஷ்டவசமாக அல்ரீவ்ஸ் மற்றொரு அமெரிக்க சுற்றுப் பயணத்திற்கு ஏற்பாடு செய்தார். அதனால் மீண்டும் அமெரிக்காவுக்குச் சென்றார் சார்லி. வளர்ச்சியின் படிகளைக் கடந்து சார்லி உயரே சென்ற முக்கியமான காலகட்டம் இங்கே ஆரம்பித்தது.

அமெரிக்காவில் தங்கியிருக்கும்போது சார்லியிடம் பல மாற்றங்கள் ஏற்பட்டன. படிக்காமல் முன்னேற முடியாது என்ற எண்ணம் தோன்றியது. அறிவில்லாதவர்களை அமெரிக்க மக்கள் வெறுப்புடன்தான் பார்ப்பார்கள் என்று அவர் புரிந்துகொண்டார். அறிவு பெறவில்லை என்றால் விரைவிலேயே தன் வளர்ச்சி முடங்கிப்போகும் என்று அவர் உறுதியாக உணர்ந்தார். கலைத்துறையில் அடிக்கடி என்னென்ன மாற்றங்கள் நிகழ்ந்துகொண்டிருக்கின்றன! சினிமாக்கள் வெளிவரத் தொடங்கிவிட்டன. அரங்க நிகழ்ச்சிகள் பழசாகத் தொடங்குகின்றன. நாடக ரசிகர்கள் மிக விரைவாக அரங்க நிகழ்ச்சிகளைப் புறக்கணித்துவிட்டு திரையரங்குகளை நோக்கிச் செல்லத் தொடங்கிவிட்டார்கள். அதனால் தானும் காலத்திற்கேற்ற வகையில் மாற வேண்டும் என்று முடிவு செய்தார் சார்லி.

சார்லிக்கு சிரமப்பட்டு எழுதவும் படிக்கவும் தெரியும். குழந்தைப் பருவத்தில் படித்தது பெரும் பகுதியும் மறந்துவிட்டது. மொழித் திறனை வளர்த்துக்கொள்வதற்காக முன்பே சில இலக்கண நூல்களையும், மற்ற நூல்களையும் வாங்கி வைத்திருந்தார். அவை பிரிக்கப்படாமல் பெட்டியிலேயே இருந்தன. சார்லி அவற்றையெல்லாம் வெளியே எடுத்தார். தன் ஓய்வு நேரத்தையெல்லாம் படிப்பிற்குச் செலவிட முடிவு செய்தார். நாள்தோறும் சிரத்தையுடன் கற்றார். பழைய புத்தகங்கள் விற்கிற கடைக்குச் சென்று நிறைய நூல்களை வாங்கினார். உலகப் புகழ் பெற்ற பல எழுத்தாளர்களின் படைப்புகளை சார்லி படித்தது அந்தக் காலத்தில்தான். அதில் ஒரு எழுத்தாளர் சார்லியை மிகவும் கவர்ந்தார். அந்த எழுத்தாளரின் பெயர் எமர்சன். அமெரிக்க இலக்கிய உலகத்தின் தந்தையெனப் போற்றப்படும் ரால்ப் வால்டொ எமர்சன்தான் அவர். அவர் இலக்கியம், கவிதை, தத்துவம் ஆகிய துறைகளில் இணையற்ற புகழ் பெற்றவராவார். அவர் முன்வைத்த தற்சார்பு என்னும் கருத்தையும், தனியொருவரின் ஆளுமையை எப்படி வளர்க்கலாம் என்னும் கருத்தையும் சார்லி நடைமுறையில் கொண்டுவரத் தீர்மானித்தார்.

துன்பதுயரங்கள் நிறைந்த கடந்த காலமும், அனுபவித்த அவமானங்களும் சார்லியின் மனதில் மிகவும் தாழ்வு மனப்பான்மையை ஏற்படுத்தியிருந்தன. இந்த தாழ்வு மனப்பான்மையை விலக்குவதற்காகத்தான் அவர் மிகவும் கவனமாக விலையுயர்ந்த ஆடைகளை வாங்கி அணிந்தார்போலும். மிகவும் உயர்தரமான உணவுகளை உண்டார். எல்லா வசதிகளும் உள்ள விடுதிகளில் தங்கினார். ஆனால் மற்ற விஷயங்களுக்கு அவர் இந்தளவு பணம் செலவிடுவதில்லை. நாடக முதலாளிகள் தனக்குத் தரவேண்டிய ஒவ்வொரு பைசாவையும் கணக்குச் சொல்லி வாங்குவதில் சார்லிக்கு ஒரு பிரத்தியேக சாமர்த்தியம் இருந்தது. எல்லாவற்றிலும் அவருக்கு ஒரு வியாபார நோக்கு இருந்தது. அதனால் நாடக நடிகராக இருக்கும்போதே சார்லி பணக்காரராக ஆனார்.

சினிமாத் துறையில் ஈடுபடவேண்டும் என்ற எண்ணம் அவருக்கு எப்போது ஏற்பட்டது. முதலாம் முறை அமெரிக்கா வந்த காலத்திலேயே கேமரா என்னும் அற்புதக் கருவி அவரை மிகவும் கவர்ந்தது. கேமரா என்னும் கருவியின் எல்லையற்ற சாத்தியப்பாடுகளைக் குறித்து அவர் உணர்ந்தார். அன்று ஓய்வு நேரங்களில் ஸ்டுடியோக்களில் நடைபெறும் சினிமா படப்பிடிப்புகளைக் காணச் செல்வார் சார்லி. படப்பிடிப்பு நடந்துகொண்டிருக்கும்போதே அவர் கவனம் முழுதும் கேமராவின் மீதுதான் பதிந்திருக்கும். பிற்பாடு ஒருமுறை நியூஜெர்ஸி என்னும் இடத்திற்குச் சென்றபோதும் கேமரா மீதான ஈர்ப்பு அவர் மனதை மிகவும் பாதித்தது. ஆனால் தான் திரைப்படத் துறையில் ஈடுபட நினைப்பதைக் குறித்து அவர் யாரிடமும் எதுவும் பேசவில்லை.

அப்படி இருக்கும்போது இரண்டாம் முறை அவர் அமெரிக்கா வந்தபோது ஒரு அற்புதம் நிகழ்ந்தது. ஒரு முறை ஒரு பயணம் முடிந்து நியூயார்க் திரும்பி வந்தபோது அல்ரீவ்ஸூக்கு ஒரு தந்தி வந்து கிடந்தது. அதில் இவ்வாறு குறிப்பிடப்பட்டிருந்தது: "கனவான்களே, உங்கள் குழுவில் சாபின் என்ற பெயரில் ஒரு கோமாளி இருக்கிறார் அல்லவா? முடிந்தளவு விரைவாக அவரை பிராட்வேயில் உள்ள எங்கள் அலுவலகத்திற்கு அனுப்புகிறீர்களா? - கெஸ்சல், பௌமான்."

கெஸ்சலும், பௌமானும் அன்றைய காலகட்டத்தில் மிகவும் புகழ் பெற்ற சினிமா தயாரிப்பாளர்கள். அவர்களது சினிமா கம்பெனியின் பெயர் "நியூயார்க் மோஷன் பிக்சர் கம்பெனி" என்பதாகும். அந்தக் கம்பெனிக்கு அந்தக் காலத்தில் பல கிளைநிறுவனங்கள் இருந்தன. அதில் ஒன்றுதான் 'கீஸ்டோன்'. புகழ் பெற்ற நகைச்சுவை நடிகர் போர்ட் ஸ்டெர்லி அந்த நிறுவனத்தினருடன் இணைந்து செயல்பட்டு வந்தார். ஏதோ காரணத்தால் ஸ்டெர்லி அந்த நிறுவனத்திலிருந்து விலகிச் சென்றுவிட்டார். ஸ்டெர்லியின் இழப்பைச் ஈடுசெய்வது அவ்வளவு சுலபமாக இருக்கவில்லை. ஆயினும் சினிமா தயாரிப்பு நின்றுபோகாமல் இருக்க ஒரு நகைச்சுவை நடிகர் உடனே தேவை. இதுதான் அந்த தந்தியின் பின்புலம். 'சாபின்' என்னும் பெயர்,

சாப்ளினைத்தான் குறிக்கிறது. சாப்ளின் பெயர் அவர்களுக்குச் சரியாகத் தெரியாததால் இப்படித் தவறாகக் குறிப்பிட்டிருக்கிறார்கள்.

மனம் முழுதும் எதிர்பார்ப்புகளுடன் சார்லி பிராட்வேவுக்குச் சென்றார். ஒரு விடுதியில் அறை எடுத்த பிறகு, தான் வந்திருக்கும் விவரத்தை இயக்குனர் ஸென்னட்டுக்கு அறிவித்தார். ஆனால் அவரிடமிருந்து சார்லிக்கு அழைப்பு ஒன்றும் வரவில்லை. கடைசியில் நேராகச் சென்று பார்ப்பது என்று சார்லி முடிவு செய்தார். ஆனால் அவரது கூச்ச சுபாவம் அதற்கு இடம் கொடுக்கவில்லை. பல நாட்கள் ஸ்டுடியோ வரை சென்றார். சில முறை ஸென்னட்டைத் தொலைவில் வைத்துக் காணவும் செய்தார். ஆனால் பக்கத்தில் சென்று தன்னை அறிமுகப்படுத்திக்கொள்ள தைரியம் வரவில்லை. திரும்பி அறைக்கு வந்துவிடுவார். மறுநாள், 'எப்படியாவது இன்று இயக்குனரைச் சந்தித்து பேசியே தீர வேண்டும்' என்று முடிவு செய்வார். கடைசியில் ஒருநாள் சார்லியை அறிமுகம் செய்துகொண்டபோது தனக்கு ஏற்பட்ட அதிர்ச்சியை ஸென்னட் சாமர்த்தியமாக மறைத்துக்கொண்டார்.

ஏறத்தாழ நாற்பது வயதுடைய, தடித்த உடற்கட்டுடைய ஒருவரைத்தான் ஸென்னட் எதிர்பார்த்திருந்தார். வேடமிட்டு அரங்கத்தில் நடிக்கும்போது சார்லி எந்த வயதுடைய ஆளாக வேண்டுமானாலும் மாறிவிடுவார் என்று அவருக்குத் தெரியாது அல்லவா?

ஆயினும் அந்த சந்தர்ப்பம் சார்லிக்கு ஒரு திருப்புமுனையாக அமைந்தது. தன் தனிப்பட்ட பாணியில் எல்லா நிபந்தனைகளையும் நன்றாக உறுதி செய்துகொண்ட பிறகு சார்லி வாழ்க்கையிலேயே முதன் முறையாக கேமராவின் முன்னால் நின்றார்.

அன்றைய சினிமாக்களுக்கு சொல்லும்படியான திரைக்கதைகள் எதுவும் இருக்காது. ஏதாவது ஒரு சிறிய சம்பவத்தைக் கேமராவில் படம் பிடிப்பார்கள் அவ்வளவுதான். ஒரு திரைப்படம் தயாரிப்பதற்கு மூன்று அல்லது நான்கு நாட்கள் போதும். சினிமாவின் தொழில் நுட்பம் இன்றைக்கு இருப்பதைப்போல் வளர்ச்சி அடைந்திராத காரணத்தால், மனிதர்களின் அசைவு வேகத்தை அப்படியே இயல்பாக கேமராவைக் கொண்டு படம் பிடிக்க இயலவில்லை. நடக்கும்போதும், அசையும்போதும் சாதாரணத்தைவிட அதிகமான வேகம் தோன்றும். அந்தத் தொடக்க கால சினிமாக்களை இன்று பார்க்கும்போது நமக்குச் சிரிப்பு வருவது அதனால்தான்.

அப்படி 1914ஆம் ஆண்டு பிப்ரவரி இரண்டாம் நாள் சார்லி சாப்ளினின் முதலாவது படமான "மேக்கிங் எ லிவிங்" வெளிவந்தது. இதில் சாப்ளினுக்கு விற்பனைக்காரனின் வேடம். அவர் ஒரு செய்திப் புகைப்படக்காரனின் கேமராவைத் திருடுகிறார். அதில் இருந்த படங்களைத் தன் பெயரில் வெளியிடுகிறார். எதிரி பின்தொடரவே, அவரை ஏமாற்றித் தெரு வழியே ஓடுகிறார். அதற்கிடையில் மிகவும்

திறமையாக தன் கையிலிருந்த செய்தித்தாள்களை எல்லாம் விற்றுத் தீர்க்கிறார். இப்படிச் சிரிப்பூட்டும் காட்சிகளை சாப்ளின் இந்தப் படத்தில் முதன் முதலாக வெளிப்படுத்தியிருந்தார்.

ஆனால் இயக்குனருடன் முதல்நாளே பிரச்சினை ஏற்பட்டது. தான் சொன்னபடி மட்டுமே சாப்ளின் நடிக்க வேண்டும் என்று கட்டாயப்படுத்தினார் இயக்குனர். இப்படித்தான் நடிக்க வேண்டும் என்று சார்லி முன்பே திட்டமிட்டிருந்தாலும், மேடையில் ஏறும்போது அது முற்றிலும் மாறிவிடும். சார்லியின் சுபாவம் இதுதான். சார்லி தன் கற்பனையில் உதித்த சில அருமையான நகைச்சுவைக் காட்சிகளைக் கேமராவின் முன்னால் நடித்திருந்தார். ஆனால் படம் வெளியானபோது அந்த முக்கியமான காட்சிகள் படத்தில் இடம் பெற்றிருக்கவில்லை. அந்த இயக்குனர் அதையெல்லாம் வெட்டி விலக்கியிருந்தார். அவர், சார்லி தன் சொற்படிக் கேட்டு நடித்த காட்சிகளை மட்டுமே சினிமாவில் இணைத்திருந்தார். சார்லிக்கு எப்படிக் கோபம் வராமல் இருக்கும்?

பிறகு சார்லியை வைத்து இன்னும் ஒரு படம் எடுக்க வேண்டும் என்று தயாரிப்பாளர் கட்டாயப்படுத்தினார். வெனிஸில் நடக்கிற குழந்தைகளின் மோட்டார் வாகனப் போட்டியைப் பார்ப்பதற்காக சார்லியையும், இயக்குனரையும் அனுப்பினார். இயக்குனர் போட்டியின் காட்சிகளைத் தன் கேமராவில் படம் பிடிக்க முயல்கிறார். அப்போது சார்லி கேமராவின் முன்னால் தோன்றி கோமாளிச் சேட்டைகள் செய்து படப்பிடிப்பைத் தடுக்கிறார். இப்படி அந்தப் மோட்டார் வாகனப் போட்டியின் காட்சிகளையும், சார்லியின் தமாஷ்களையும் இணைத்து தயாரிக்கப்பட்டதுதான் சார்லியின் இரண்டாவது படம். இது, "கிட் ஆட்டோ ரேஸ் அட் வெனிஸ்' என்னும் பெயரில் வெளிவந்து புகழ் பெற்றது. ஐந்து நிமிடங்கள் மட்டுமே ஓடக்கூடிய படம் அது. ஆயினும் சார்லியின் நடிப்பு வாழ்க்கையில் இந்தப் படம் குறிப்பிடத் தகுந்தது. பிற்பாடு உலகப் புகழ் பெற்ற சார்லியின் அந்த நாடோடி வேடம் இருக்கிறதல்லவா (டிராம்ப்), அதற்கான ஆரம்பம் ஏற்பட்டது 'கிட்ஸ் ஆட்டோ ரேஸ் அட் வெனிஸ்' என்னும் இந்தப் படத்தில்தான்.

எல்லாம் முற்றிலும் எதிர்பாராத வகையில்தான் நடந்தன. மேக்கப் இல்லாமல் நடிக்கக் கூடாது என்று நஸன்னட் பிடிவாதம் பிடித்தார். அப்போது சார்லி தமாஷ்கள் செய்து காட்டி அவரைச் சிரிக்க வைத்தார். நஸன்னட் அதையெல்லாம் பார்த்து ரசித்து அனுபவித்தார். அதற்கிடையில் அவரது சினிமாவில் இனிமேல் தன் வேடம் எப்படி இருக்கும் என்று சார்லி அவரிடம் சொன்னார்:

"உங்கள் சினிமாவில் என் வேடம் இனி இப்படி இருக்கும். மிகவும் தொளதொளப்பான ஒரு முழுக்கால்சட்டை, இறுக்கமான மேற்சட்டை, பாதங்களைவிடப் பெரிய அளவிலான அசிங்கமான ஷூக்கள், சிறிய

தொப்பி, ஹிட்லர் மீசை, கையில் ஒரு பிரம்பு. கால்களுக்கு ஏதோ ஊனம் ஏற்பட்டதைப்போன்ற ஒரு பிரத்தியேகமான நடை."

இப்படிப்பட்ட வேடத்தில் சார்லி நடித்துக் காட்டியபோது னஸன்னட் மிகவும் திருப்தியடைந்தார். அத்துடன், "நிரந்தரமான நாடோடி" வேடம் பிறந்தது. "டிராம்ப்"பிலும், "தி கிட்"டிலும், "தி கோல்ட் ரஷ்"ஸிலும் சார்லியின் இந்த வேடத்தைக் கண்டு பார்வையாளர்கள் விழுந்து புரண்டு சிரித்தார்கள். அந்த நகைச்சுவை அரசனின் துயரம் உணர்ந்து கண்ணீர் பெருக்கினார்கள். இந்த டிராம்ப் வேடத்தின் மூலம் சார்லி, சின்னஞ்சிறு வயதில் தன் பரிதாபமான தோற்றத்தைப் பார்த்து தன்னை வெறுத்து விலக்கிய அந்த மேற்குடி நண்பனை தன்னை அறியாமலேயே பழி வாங்குகிறார். "கிட்ஸ் ஆட்டோ ரேஸ் அட் வெனிஸ்" இல் நாடோடியின் வேடம் மட்டுமே இடம் பெற்றிருந்தது. பிற்பாடு அந்தக் கதாபாத்திரம், உலகப் புகழ் பெற்ற, அழியாத கதாபாத்திரமாக வளர்ந்தது.

"இந்த வேடத்தின் மூலம் நீங்கள் என்ன சொல்ல நினைக்கிறீர்கள்?" என்று ஒரு நாள் னஸன்னட் சார்லியிடம் கேட்டார். அதற்கு சார்லி பதில் சொன்னார்:

"ஒரு நாடோடி, கனவுலகில் வாழ்பவன், காதலைப் பற்றியும், வீர தீர பராக்கிரமங்களைப் பற்றியும் கனவு கண்டு திரிகிற தனிமையான ஒருவன்/ அவன் விஞ்ஞானி, இசைஞன், போலோ விளையாட்டுக்காரன், அவன் ஒரு பிரபுவுமாவான். ஆயினும் கீழே கிடக்கும் துண்டுச் சிகரெட்டுகளைப் பொறுக்கிப் புகைப்பான். குழந்தைகளின் கையிலிருந்து மிட்டாய்களைத் திருடித் தின்பான். அவனால் கோபத்தை அடக்க முடியாதபோது பெண்களின் பின்புறத்தில் தடியால் அடிப்பான்." பிற்காலத்தில் உலக இலக்கியத்தில் என்றும் மறையாதபடி இடம் பெற்றிருக்கும் இந்த வரிகளை சாப்ளின் தன் சுய வரலாற்றில் எழுதியிருக்கிறார். பாருங்கள், முற்றிலும் ஒன்றுக்கொன்று முரணான காரியங்களை இணைப்பதிலிருந்து, முற்றிலும் தற்செயலாகத்தான் சார்லியின் நகைச்சுவை இயல்பாக உருவாகிறது. அதிகம் சொல்வது எதற்கு! ஒரு வருடத்திற்குள் "கீஸ்டோன் ஸ்டுடியோ' ஏறத்தாழ முப்பத்தி ஐந்து சாப்ளின் படங்களை வெளியிட்டது என்று சொன்னால் போதும் அல்லவா? எல்லாப் படங்களும் பெரும் வெற்றி பெற்றன. ஒரு கட்டத்திற்குப் பிறகு தன் படங்களின் கதை, திரைக்கதை, இயக்கம், தயாரிப்பு ஆகிய எல்லாப் பொறுப்புகளையும் சார்லியே கவனித்துக்கொண்டார். "சிட்டி லைட்ஸ்" என்னும் தன் படத்தில் அவரே இசையும் அமைத்தார். இயக்குனர் லஹர்மானுக்கு வேலை இல்லாமல் போய்விட்டது. அவரது பொறாமை அதிகரித்தது. சார்லியிடம் ஒத்துழைக்காமல் பிரச்சினைகள் ஏற்படுத்தினார். பெயரளவில் அவர்தான் அப்போதும் இயக்குனர். ஆனால் சார்லி, என் தனிப்பட்ட பாணிகளை நான் பயன்படுத்தியே திருவேன் என்று

பிடிவாதம் கொண்டிருந்ததால் தயாரிப்பாளர் ஸென்னட், இயக்குனர் லஹர்மானை விலக்க வேண்டி வந்தது. இதனால் இருவருக்கும் நன்மை ஏற்பட்டது.

லஹர்மான் பயன்படுத்திய அதே கேமராவைக் கொண்டு சார்லி படங்கள் எடுத்தபோது, அந்தப் படங்கள் எப்படி வித்தியாசமான படங்களாக அமைந்தன? மற்றவர்களின் கையில் கேமரா ஒரு இயந்திரம் மட்டுமாகத்தான் இருந்தது. சுற்றிலும் காண்கின்ற யதார்த்தங்களை அப்படியே பிரதி செய்கிற உயிரற்ற ஒரு இயந்திரம். ஆனால் சார்லியின் கையில் அந்தக் கேமரா, படைப்பு ரீதியான மேன்மைகளையும், கற்பனையின் அரிய நொடிகளையும் வெளிப்படுத்துகிற ஒரு ஊடகமாக மாறியது. அத்துடன் கேமராவுக்கு எல்லையற்ற சாத்தியங்கள் உருவாயின. ஒருவர் தன்னை வெளிப்படுத்திக் கொள்வதற்கான ஒரு கருவியாகவும் மாறியது.

பிறகு மிகவும் விரைவாக சார்லி அமெரிக்க சினிமா ரசிகர்களின் பேரன்பிற்குப் பாத்திரமானார். அதற்கிடையில் கீஸ்டோன் கம்பெனியிலிருந்து "எஸ்ஸனே" கம்பெனிக்கும், பிறகு "ம்யூச்வல்" கம்பெனிக்கும் மாறினார். பிறகு ஹாலிவுட்டில் சொந்தமாக ஸ்டுடியோ நிறுவினார். கதைக்கு முக்கியத்துவம் உள்ள முழு நீள சினிமாப் படங்கள் எடுத்தார். அவரது புகழ் அமெரிக்காவைக் கடந்து உலகம் முழுதும் பரவியது. அவருடைய வாழ்க்கை சம்பவங்கள் நிறைந்த வாழ்க்கையாக மாறியது.

தன் இருபத்து எட்டாம் வயதில் நியுயார்க் பயணத்திற்கிடையில் ஏற்பட்ட அனுபவங்களை சார்லி தன் சுயவரலாற்று நூலில் குறிப்பிட்டிருக்கிறார். வண்டி சென்றபோது ரயிலின் இருபுறமும், ரயில் நிலையங்களிலும் சார்லியைக் காண்பதற்காக மக்கள் பெரும் திரளாகக் கூடியிருக்கிறார்கள். அவர் சென்ற இடங்களில் எல்லாம் போக்குவரத்து ஸ்தம்பித்தது. அதனால் பிரச்சினைகள் ஏற்பட்டன. எனவே போலீஸ்காரர்கள் சார்லியிடம், மறைவாகவும் வேறு வழியில் செல்லும்படியும் ரகசியமாகச் சொன்னார்கள். அப்படி சார்லி மிகவும் ரகசியமாக, யாருக்கும் தெரியாமல் நியுயார்க்கில் ஒரு விடுதிக்குச் சென்றடைந்தார். பிறகு சாதாரணமான உடையில், யாராலும் அடையாளம் காணப்படாமல், தெருவில் செல்லும் மக்கள் கூட்டத்தினிடையில் சிரித்தபடியே நடந்தார். அந்த மக்கள் கூட்டத்தில் அப்படி நடக்கும்போதும் சொல்ல முடியாத ஒரு அந்நியப்பட்ட உணர்வு அவரைத் தொந்தரவு செய்தது.

குழந்தைப் பருவத்தில் கேட்ட ஒரு சம்பவம், செய்தித்தாளில் இடம் பெற்ற ஒரு செய்தி, யாரோ சொன்ன விஷயம், சமீபத்தில் ஏற்பட்ட ஒரு அனுபவம் இவையெல்லாம் பிற்காலங்களில் சாப்ளின் படங்களில் இடம் பெறுகின்றன. அவரது எல்லாப் படங்களிலும் அவரது சொந்த வாழ்க்கையின் அம்சம் ஏதாவது இடம் பெற்றிருக்கும். எவரையும் சிரிக்க

வைக்கிற அவரது அந்த பிரத்தியேகமான நடைக்குப் பின்னால் உள்ள கதையைப் பாருங்கள். முற்காலத்தில் லாம்பெத்தில் மிகவும் வயது முதிர்ந்த ஒரு குதிரைக்காரர் இருந்தார். அவர் பாதங்கள் மிகவும் பரந்திருக்கும். கால்களுக்கு ஏதோ ஊனம். சிறுவனாக இருந்த சார்லி வீட்டுக்குச் சென்றதும் தன் அம்மாவிடம் அந்தக் குதிரைக்காரர் நடப்பது போன்று நடித்துக் காட்டுவான். யாரையும் கேலி செய்யக்கூடாது என்று அம்மா கண்டிப்பார்கள். பிற்காலத்தில் அதெல்லாம் மீண்டும் திரையில் தோன்றின.

அம்மாவும் மகனும்

1916 ஆம் ஆண்டில் "ம்யூச்வல்" நிறுவனத்தைவிட்டு விலகி சார்லி "ஃபஸ்ட் நேஷனல்" என்னும் ஸ்டுடியோவைத் தொடங்கினார். "பவர்லீஹில்ஸ்" என்னும் இடத்தில் புதிதாகக் கட்டிய வீட்டில் வசிக்கத் தொடங்கினார்.

அது முதலாம் உலக யுத்தம் நடந்துகொண்டிருந்த காலம். எங்கு பார்த்தாலும் யுத்தம் பற்றிய செய்திகள்தான். யுத்தம் சாதாரண மக்களின் வாழ்க்கையை மோசமாக்கியது. நாடுகள் ஒன்றுடன் ஒன்று போரிடுவதில் உள்ள அபத்தத்தைப் பற்றிதான் அந்தச் சமயத்தில் சார்லி சிந்தித்துக்கொண்டிருந்தார். அந்தக் கருத்திற்கு சினிமா வடிவம் கொடுக்க அவர் முடிவு செய்தார். அப்படி 1918ஆம் வருடம் அக்டோபரில் "ஷோல்டர் ஆம்ஸ்" என்னும் திரைப்படம் உருவானது. அதற்குச் சற்று முன்பு ஏப்ரல் மாதம் சார்லி " ஒரு நாயின் வாழ்க்கை" என்னும் சினிமா எடுத்துக் கொண்டிருந்தார். ஒரு தெருநாயின் வாழ்க்கையையும், அதைவிட மோசமான ஒரு மனிதனின் வாழ்க்கையையும் பற்றிய படம் அது. ஃபஸ்ட் நேஷனல் நிறுவனத்தின் முதல் படம் அது.

யுத்தம் தொடங்கியபோது எல்லோரும் நான்கு மாதங்களுக்கு மேல் யுத்தம் தொடராது என்றுதான் சொன்னார்கள். நவீன அறிவியலின் கண்டுபிடிப்புகளான புதிய இயந்திரங்கள் ஒரே முறையில் மிகப் பெரிய அழிவுகளை உண்டாக்கிவிடும். அதனால் யுத்தம் அதிக நாட்கள் நீளாது. பொதுவாக அறிவாளர்கள் முன்வைத்த கருத்து இதுதான். ஆனால் உடனடியாக முடிந்துவிடும் என்று நினைத்த போர் நான்கு வருட காலம் நீண்டது. அதற்கிடையில் யுத்தத்தின் பயன்களைக் குறித்து ஒரு பிரிவினர் தீவிரமாக சர்ச்சை செய்துகொண்டிருந்தார்கள். ஜனநாயகத்தின் பாதுகாப்பிற்கு இத்தகைய யுத்தங்கள் தேவைதான் என்றும் அன்று சிலர் வாதிட்டார்கள். ஜனநாயகத்தின் பாதுகாப்பிற்காக குறைந்தபட்சம் பத்து லட்சம் பேராவது கொல்லப்பட்டிருக்க வேண்டும்.

அதற்கிடையில் அரசுகள் வீழ்ந்தன. சர்வாதிகார அரசுகள் வீழ்ந்து புதிய குடியரசுகள் எழுந்தன. ஐரோப்பாவின் முகம் முற்றிலும் மாறிவிட்டது. சார்லியின் வாழ்க்கையில் மிகவும் முக்கியமான காலகட்டமாக இருந்தது அது. அந்த வருடம் அக்டோபர் மாதத்தில் சார்லி "மில்ட்ரட் ஹாரிஸ்" என்னும் சினிமா நடிகையைத் திருமணம் செய்து கொண்டார். ஏற்றுக்கொண்ட ஒப்பந்தங்களையெல்லாம் முடித்த பிறகு சினிமா தயாரிப்பை விரிவுபடுத்தத் திட்டமிட்டார். ஒரு நல்ல தொழிலதிபர் என்ற நிலையில், கவனமான சில முன்னேற்றங்களின் மூலமாக சினிமா உலகில் காலூன்றினார் அவர்.

அண்ணன் ஸிட்னி அப்போது அமெரிக்காவுக்கு வந்தார். தம்பியின் சினிமா தொழிலுடன் அவரும் சேர்ந்துகொண்டார். நடிப்பிற்கு இடையில் தம்பியின் அலுவல்களை மேற்பார்வை பார்த்து வந்தார். பணம் தொடர்பான காரியங்களை சார்லியைவிடத் திறமையாக ஸிட்னி பார்த்துக்கொண்டார். அண்ணனுக்கும் தம்பிக்குமான உறவு மேலும் வலுவடைந்தது.

சினிமா தயாரிப்பாளர்கள் மிகவும் இரக்கம் அற்றவர்களாக மாறியிருந்தார்கள். அர்ப்பணிப்புடன் நடிப்புத் தொழிலுக்கு வந்த நடிகர்களையும், நடிகைகளையும் அவர்கள் தயவுதாட்சண்யம் இல்லாமல் சுரண்டி வாழ்ந்தார்கள். அதன் பகுதியாக தயாரிப்பாளர்கள், தங்களின் கம்பெனிகளையெல்லாம் இணைத்து கூட்டு நிறுவனங்கள் ஆரம்பிக்க முற்பட்டார்கள். சார்லி இதை எப்படியோ அறிந்துகொண்டார். அப்படிக் கூட்டு நிறுவனங்கள் தொடங்குவதால் ஏற்படும் ஆபத்துகளைப் பற்றி தன் சில நண்பர்களுக்கு எடுத்துச் சொன்னார். தொடர்ந்து

சாப்ளின் ஸ்டுடியோ

இரவோடு இரவாக சினிமா செயற்பாட்டாளர்களின் அமைப்பாக, "யுனைட்டட் ஆர்ட்டிஸ்ட் கார்ப்பரேஷன்" என்னும் நிறுவனத்தைத் தொடங்கினார்கள். அப்படி சார்லி, சினிமா தயாரிப்பாளர்களின் வியாபார தந்திரத்தை மிகவும் சாமர்த்தியமாகத் தகர்த்தார். சினிமாக் கலைஞர்களின் ஒருங்கிணைந்த இந்த அமைப்பிலிருந்துதான் பிற்பாடு சார்லி தன் திரைப்படங்களைத் தயாரித்து விநியோகம் செய்தார்.

ஒரு விடுமுறைக்காலத்தை மகிழ்ச்சியாகச் செலவிட்ட பிறகு சார்லி தன் வீட்டுக்கு வந்தார். அப்போது அவருக்கு ஊரிலிருந்து தன் அம்மாவைப் பற்றிய கடிதம் ஒன்று வந்திருந்தது. அம்மாவின் உடல் நிலை சற்று குணமடைந்திருப்பதாகவும், அவர்கள் அமெரிக்காவுக்கு வர விரும்புவதாகவும் சார்லி அந்தக் கடிதத்திலிருந்து புரிந்துகொண்டார். உடனே தன் அண்ணனுடன் பேசி அம்மாவை வரவழைப்பதற்கான ஏற்பாடுகளைச் செய்தார்.

ஹன்னா அமெரிக்காவுக்குப் பயணம் மேற்கொண்டார்கள். அந்தப் பயணம் முழுதும் ஹன்னா முற்றிலும் சாதாரணமாகத்தான் இருந்தார்கள். அவர்கள் முகம் வழக்கத்திற்கு மாறான ஒரு தெளிவுடன் இருந்தது.

நியுயார்க்கில் இறங்கியபோது ஏதோ ஒரு ஊழியர் ஹன்னாவை அடையாளம் கண்டுகொண்டார். உடனடியாக அந்த ஊழியர் ஹன்னாவை நெருங்கிச் சென்று வணக்கம் தெரிவித்தார்: "ஹலோ மிஸ்ஸஸ் சாப்ளின், எங்கள் அன்பிற்குரிய சார்லியின் அம்மாவான உங்களை வரவேற்பதில் எனக்கு மிகவும் மகிழ்ச்சி."

அம்மா வீட்டிற்குள் நுழைவதைப் பார்த்ததும், ஏதோ ஒரு மிகயிகவும் வயது முதிர்ந்த பெண்மணிதான் வருகிறார்கள்போலிருக்கிறது என்று சார்லி நினைத்தார். அம்மாவின் தோற்றம் அந்தளவு மாறிப்போயிருந்தது. சார்லி தன் அம்மாவுக்காக ஒரு அழகான மாளிகை கட்டினார். அவர்களுக்குப் பணிவிடை செய்ய ஒரு நர்ஸையும் ஏற்பாடு செய்தார். இரண்டு மகன்களும் அடிக்கடி வந்து அம்மாவைப் பார்த்துக்கொண்டார்கள். பகல் பொழுது முழுதும் ஹன்னா மற்ற இடங்களுக்குச் சென்று பார்ப்பதும், கடைகளுக்குச் செல்வதுமாகப் பொழுதுபோக்கினார்கள். சில சமயம் ஸ்டுடியோவுக்குச் சென்று தன் மகன்கள் நடிப்பதைப் பார்த்து ரசித்தார்கள்.

சார்லிக்கு மிகப் பெரும் புகழைப் பெற்றுத் தந்த "தி கிட்" (1921) என்னும் திரைப்படம் வெளிவந்த காலம் அது. இன்றும் உலகம் முழுவதிலும் உள்ள பெரியவர்களையும், சிறியவர்களையும் அந்தப் படம் சிரிக்க வைத்துக்கொண்டிருக்கிறது. ஆறு ரீல் நீளமுள்ள ஒரு மௌனப் படம் அது. சார்லியின் களங்கமற்ற நாடோடிக் கதாபாத்திரம் முதன் முதலாக மிகவும் முழுமையடைந்தது இந்தப் படத்தில்தான். மிகவும் திறமையான "ஜாக்கி கூகன்" என்னும் குழந்தை நடிகனுக்கும் இந்தப் படம் புகழ் பெற்றுத் தந்தது.

'தி கிட்' படத்தில் சாப்ளினும் ஜாக்கிகூகனும்

அந்தக் கண்டுபிடிப்பின் கதையும் மிகவும் சுவாரஸ்யமானது. ஒரு புதிய கதைக்கரு தேடி உழன்றுகொண்டிருந்தார் சார்லி. மன இறுக்கத்தைக் கொஞ்சம் குறைப்பதற்காக நாடக சாலைக்குச் சென்றார். நிகழ்ச்சியின் கடைசிக் காட்சியில் நான்கு வயதுள்ள ஒரு சிறிய பையன் வந்து நடனமாடினான். அந்தப் பையனின் தோற்றமும் நடிப்பும் சார்லியின் மனதில் அவரது கடந்த கால நினைவுகளைத் தோற்றுவித்தன. அந்தச் சிறுவனின் பிரகாசமான பெரிய கண்களில் சார்லி தன் குழந்தைப் பருவத்தைக் கண்டார். என்ன வந்தாலும் இவனை வைத்து ஒரு படம் எடுத்தே ஆக வேண்டும் என்று முடிவு செய்தார் சார்லி. கதை உருவாகிக்கொண்டிருக்கும்போது அந்தப் பையனின் அப்பாவைப் பார்த்து, பையன் சினிமாவில் நடிப்பதற்கான ஒப்பந்தத்தைக் கையெழுத்திட்டு வாங்கினார். அப்படி "தி கிட்" என்னும் படத்தில் ஒரே சமயத்தில் இரண்டு நாடோடிகள் தோன்றினார்கள். சிறுவன் சார்லியுடையவும், இளைஞன் சார்லியுடையவும் பிம்பங்கள்தான் அந்தக் கதாபாத்திரங்கள். சமூகத்தால் வெளியேற்றப்பட்ட இரண்டு ஆதரவற்றவர்கள். அவர்களின் வாழ்க்கை அனுபவங்களைக் கண்டு பார்வையாளர்கள் குலுங்கிச் சிரித்தார்கள். அத்துடன் கண்ணீர் சிந்தினார்கள். "தி கிட்" என்னும் திரைப்படத்தைக் கண்டு கண்ணீர் சிந்தாதவர்களின் கண்ணீர் சுரப்பிக்கு ஏதாவது பிரச்சினை இருக்கவேண்டும் என்று ஒரு புகழ் பெற்ற திரைப்பட விமர்சகர் எழுதினார். முக்கால் நூற்றாண்டுகளுக்கு முன்பு வெளிவந்த இந்தப் படம், அதன் நிரந்தரப் புதுமையின் காரணமாக இன்றும் பார்வையாளர்களை வெகுவாகக் கவர்கிறது.

ஏதாவது வேலை தேடக்கூடிய நிலையில் இருப்பவர்கள்தான் சார்லியும் ஜாக்கியும். ஜாக்கி கல்லெடுத்து எறிந்து சன்னல் கண்ணாடிகளை உடைக்கிறான். பிறகு சார்லி எதுவும் தெரியாததுபோல சன்னல் கண்ணாடி உடைந்த வீட்டிற்குச் சென்று, புதிய கண்ணாடி போட்டு பணம் சம்பாதிக்கிறார். தான் குழந்தைப் பருவத்தில் லாம்பெத்தில் இருந்த காலத்தைத்தான் சார்லி இந்தப் படத்தில் வெளிப்படுத்துகிறார். ஆனால் சன்னல் கண்ணாடியை கல்லெறிந்து உடைக்கும் குழந்தை சார்லி அல்ல. ப்ரட் கார்னோதான் தன் குழந்தைப் பருவத்தில் அப்படிச் செய்தார்.

"தி கிட்" என்னும் இந்தப் படத்தின் மூலமாக சார்லி கோடிக் கணக்கில் பணம் சம்பாதித்தார். அதன் தயாரிப்பாளர்கள் விரித்த சதி வலையிலிருந்து சாமர்த்தியமாகத் தப்பினார். அதன் மூலம் அவர், தான் நடிப்பதில் மட்டும் அல்ல, தொழில் செய்வதிலும் திறமையானவன்தான் என்பதை முதலாளிகளுக்குப் புரிய வைத்தார்.

"தி கிட்" என்னும் படத்தில் நடித்த பிறகு ஜாக்கி கூகன் அந்த நூற்றாண்டின் மிகவும் புகழ் பெற்ற குழந்தை நட்சத்திரமாக ஆனான். பிறகு அவன் ஆலிவர் டுவிஸ்ட் ஆக நடித்தும் தன் நடிப்புத் திறமையை

வெளிப்படுத்தினான். குறுகிய காலத்திற்குள் ஏறத்தாழ நாற்பது லட்சம் டாலர் சம்பாதித்தான் அவன். நடிகரான அவனது அப்பா ஜாக் கூகன் இறந்திருந்தார். அதனால் ஜாக்கி கூகன் சம்பாதித்த பணத்தை எல்லாம் அவன் அம்மா ஊதாரித்தனமாகச் செலவு செய்து வீணாக்கிவிட்டார்கள். அதைத் தொடர்ந்து ஏற்பட்ட பிரச்சினைகள்தான் கலிபோர்னியாவில் "கூகன் சட்டம்" ஏற்படுவதற்குக் காரணமாயின. "குழந்தை நடிகர்கள் சம்பாதிக்கும் பணத்தை, அவர்களுக்கு வயது வரும் வரை, அதைக் கையாள்பவர்கள் சரியான கணக்கு எழுதிப் பாதுகாக்க வேண்டும்" என்று கூகன் சட்டம் சொல்கிறது. இதை அடிப்படையாகக் கொண்டு பிற்பாடு பல நாடுகளும் இதே ரீதியில் சட்டங்கள் இயற்றின. ஜாக்கி பெரியவனான பிறகு நல்ல நடிகனாக விளங்கினான் என்றாலும், பெரிய கதாநாயகனாக ஆக அவனால் முடியவில்லை. அவன் இறுதிவரை சார்லி சாப்ளினின் ரசிகனாக இருந்தான். சார்லி திரையுலகத்தில் இப்படி அடுத்தடுத்து பெரிய வெற்றிகளைப் பெற்றுக்கொண்டிருக்கும் போது, அவரது வாழ்க்கை அடிக்கடி சிக்கல் நிறைந்ததாக ஆனது. கர்ப்பத்திலேயே இறந்த ஒரு குழந்தை ப்ரேயஸிக்குப் பிறந்தது. அந்தப் பிறப்பிற்குக் காரணமானவன் நான்தான் அல்லவா என்னும் குற்ற உணர்ச்சி சார்லியை மிகவும் துன்புறுத்தியது. அதை மறப்பதற்காக சார்லி மிகவும் தீவிரமாக சினிமா தயாரிப்புகளில் ஈடுபட்டார். மில்ட்ரட் மறக்கப்பட்டார்.

கணவன் மனைவி ஒருவருக்கொருவர் பார்த்துக்கொள்வதில்லை என்ற நிலை வந்தது. மில்ட்ரட் மிகவும் வேதனையடைந்தாள். சார்லி தன் கணவனாக இருந்து குடும்பத்தைப் பராமரிப்பதோடு மட்டும் அல்லாமல், சினிமாத் துறையிலும் தனக்கு உதவி செய்து தன்னை முன்னேற்ற வேண்டும் என்று எதிர்பார்த்தாள் அவள். தன் மனைவி என்பதால் மட்டுமே சார்லி தன் படங்களில் அவளை நடிக்க வைக்க இயலாதிருந்தது. அது மட்டும் அல்ல, நடிப்பதிலிருந்து தன் மனைவியைப் பின்வாங்கச் செய்வதற்கான முயற்சியையும் அவர் செய்தார். வேலையின் தீவிரத்தில் கட்டிய மனைவியை மறக்கிற பழக்கம் ஏற்பட்டபோது அவர்கள் பிரிவது தவிர்க்க இயலாததாக ஆனது. விரைவிலேயே அவர்கள் மணவிலக்குப் பெற்றார்கள்.

மனப் பிரச்சினைகளிலிருந்து விடுபடுவதற்கு சார்லி டென்னிஸ் விளையாட்டையும், ஜிப்ஸி இசையையும் நாடினார். அவருக்கு ஜிப்ஸி மொழி மிகவும் நன்றாகத் தெரிந்திருந்தது. தினந்தோறும் டென்னிஸ் விளையாடுவார். சில முறை நேரம்போவது தெரியாமல் மணிக்கணக்காக விளையாண்டுகொண்டிருப்பார். டென்னிஸ் விளையாட்டில் ஈடுபடுபவரது உடல் அசைவுகளில் உள்ள ஈர்ப்பின் காரணத்தால்தான் சார்லி அந்த விளையாட்டை விரும்பினார். அது அவருக்கு ஒரு விளையாட்டு, அத்துடன் அழகை அறிவதற்கான ஒரு வழியும்கூட.

அதற்கு அடுத்த வருடம் தான் பிறந்த இடம் உட்பட்ட ஐரோப்பிய நாடுகளுக்கு சார்லி ஒரு சுற்றுப்பயணம் செய்தார். பத்து வருடங்களுக்கு

முன்னால் யாருக்கும் தெரியாமல் ஊரைவிட்டுச் சென்ற ஒரு நாடோடிப் பையன் இப்போது கிரீடம் அணியாத சக்கரவர்த்தியாகத் திரும்பி வந்திருக்கிறான். ரயில் நிலையத்திலும், விடுதிகளிலும், சாலையோரங்களிலும் தன்னைக் காண கூடியிருந்த மக்கள் கூட்டத்தைக் கண்டபோது சார்லிக்கு வியப்பாக இருந்தது.

தன்னைத் தங்க வைத்து விருந்து உபச்சாரம் செய்த "ரிட்ஸ்" தங்கும் விடுதியிலிருந்து சார்லி ஒரு ரகசிய வழியின் மூலமாக எங்கே சென்றார் தெரியுமா?

குழந்தைப் பருவத்தில் தானும் தன் அண்ணனும் அலைந்து திரிந்த அந்த லண்டன் தெருக்களைக் கொஞ்சம் பார்ப்பதற்குத்தான். அம்மா தன்னைப் பெற்ற ஈஸ்ட் லெய்னில் உள்ள அந்த வீடு. சொல்ல முடியாத துன்பங்களைச் சகித்துக்கொண்டு வளர்ந்த " மூன்னு பௌனால்" தெரு. அப்பாவுடனும் சின்னம்மாவுடனும் வசித்த "கென்னிங்டன் சாலை" பல இரவுகளில் தெருநாயைப்போல படுத்துத்தூங்கிய முச்சந்தி. ஒரு முறை இந்தப் பார்க்கில் அம்மா தனியாக அமர்ந்து அழுத காட்சியை எப்படி மறக்க முடியும்? அதோ தெரிகிற பாக்ஸ்ட்டர் ஹாலில்தான் முதன் முதலாக மந்திரப் பெட்டியில் ஒரு பூனை என்னும் சினிமா பார்த்தது. கொஞ்சம் காலம் வேலை செய்த பார்பர் ஷாப் இதோ... சார்லி எல்லா இடத்தையும் தனியாக நடந்து சென்று பார்த்தார். அவர் இதயம் மிகவும் வேதனையடைந்தது.

அமெரிக்காவுக்குத் திரும்பிச் சென்றபோது அம்மா மேலும் ஆரோக்கியமாகவும், உற்சாகமாகவும் காணப்பட்டார்கள். ஆயினும் மனநோயின் அடையாளங்கள் அவர்களிடம் இடையிடையே காணப்பட்டன. கண்டபடி பட்டுத்துணிகளை வாங்கிக் குவிக்கும் பழக்கம் அவர்களிடம் கட்டுப்படுத்த முடியாத ஒரு ஆவேசமாக வளர்ந்தது. அவர்கள் தினமும் துணிக்கடைக்குச் செல்வார்கள். சுமக்கக்கூடிய அளவு துணிகளுடன் வீட்டுக்குத் திரும்புவார்கள். நாள் முழுதும் அவற்றை மாற்றிமாற்றிச் சுற்றிக்கொண்டு மகிழ்வார்கள். செலவு மிகவும் அதிகமாக ஆனாலும் சார்லி தன் அம்மாவைத் தடுக்கவில்லை. பஞ்சமும் பட்டினியும் நிறைந்த அவர்களின் இளம்பருவ ஆசைகள், மனநோயின் காரணமாக அவர்களிடம் திரும்பவும் வருகின்றன. அதன் மூலமாக அம்மா தன் கடந்தகால எண்ணங்களுக்குத் திரும்ப முயல்கிறார்கள் என்று சார்லி புரிந்துகொண்டார்.

அந்தச் சூழ்நிலையில்தான் சார்லியின் இரண்டாம் திருமணமும் நடந்தது. "தி கிட்" திரைப்படத்தில் தேவதையாக நடித்த "லிடக்ரெ" என்னும் பெண்தான் மணமகள்.

ஹன்னா அடிக்கடி மகனின் வீட்டுக்குச் செல்வார்கள். மகனின் குழந்தைகளை தூக்கிக் கொஞ்சுவார்கள். வீட்டு விஷயங்களைப் பற்றிப் பேசுவார்கள். மகனின் தனிப்பட்ட விஷயங்களில்கூட தலையிட்டுப் பேசுவார்கள். இந்தப் பரபரப்பிலிருந்து தப்பித்து எங்காவது சென்று

கொஞ்சம் காலம் ஓய்வாக இருந்துவரும்படிச் சொல்வார்கள். இப்படி நாட்கள் கடந்து சென்றன.

"தி கிட்" படத்தைவிட மிகச் சிறந்த ஒரு படத்தை எடுக்க வேண்டுமே... எல்லா வகையிலும் அது சிறந்த படமாக அமைய வேண்டுமே... என்று யோசித்துக்கொண்டிருந்தார் சார்லி. இப்படி ஒரு கதையைத் தேடி பல நாட்களாகச் சிந்தித்துக்கொண்டிருந்தார். இப்படியிருக்கும்போது, 1898ம் ஆண்டில் ஒரு ஸ்டீரியோஸ்கோப்பில் சிரூட் சூரத்தின் சினிமாவைப் பார்த்தார். அதிர்ஷ்டம் தேடுபவர்கள் மலையைக் கடந்து யூக்கோன் தங்கச் சுரங்கத்தை நோக்கி நடத்திய சாகசப் பயணங்கள் பற்றிய சினிமா அது. திடீரென்று சாப்ளின் துள்ளி எழுந்தார். அவரது அடுத்த படத்திற்கு கதைக் கரு கிடைத்துவிட்டது. அந்தப் படம்தான் "கோல்ட் ரஷ்"

கலிபோர்னியாவில் ஒரு இடத்தில் மலை ஏறிக்கொண்டிருக்கும்போது வழிதவறிய ஒரு குழுவின் கதை நினைவு வந்தது. அந்தக் குழுவில் நூற்றுக்கும் அதிகமான ஆட்கள் இருந்தார்கள். கொடுங்குளிரையும், பசி பட்டினியையும் வென்று உயிர் பிழைத்தவர்கள் அதில் பதினெட்டு பேர் மட்டும்தான். மீந்தவர்கள் இறந்தவர்களின் மாமிசங்களைப் பங்கு வைத்துத் தின்றார்கள். அதுவும் போதாமல் போனபோது தங்கள் காலணிகளைப் பொரித்துத் தின்றார்கள்.

மிகப் பெரிய துயரத்திலிருந்து அவ்வளவு பெரிய நகைச்சுவையை உருவாக்குகிறார் சார்லி. அந்தப் படத்தில் பசி தாங்காமல் சார்லி தன் ஷூவைச் சமைக்கிறார். அதன் இரும்பு ஆணிகளை எலும்புபோலச் சுவைக்கிறார். ஷூ லேஸையும்கூட ருசித்து உண்கிறார்.

பார்வையாளர்கள் வயிறு வலிக்கச் சிரித்தார்கள். அந்தச் சிரிப்பின் முடிவில், பேராசையின் மூலமாக ஏற்படும் துயரம் அவர்களின் மனங்களைப் பாதித்தது.

சார்லி விரும்பியது போலவே அந்தப் படம் மிகச் சிறந்தப் படமாக பெரும் வரவேற்புப் பெற்றது. படத்தின் தொடக்கத் திரையிடலுக்குப் பிறகு சார்லி விடுதி அறையில் மயங்கி விழுந்தார். மரணம் நெருங்கிவிட்டதாக உணர்ந்து உயில் எழுதுவதற்கு வழக்குரைஞர் அழைத்தார். அதற்குப் பதிலாக மருத்துவர் வந்து சார்லியின் உடலை பரிசோதித்துப் பார்த்துவிட்டு பிரச்சினை எதுவுமில்லை என்று சொன்னார். வெப்பத்தாலும், பதற்றத்தாலும் ஏற்பட்டதுதான் இது என்றும், ஒரு வாரம் ஓய்வு எடுத்துக்கொண்டால் எல்லாம் சரியாகிவிடும் என்றும் மருத்துவர் சொன்னார்.

1925ஆம் ஆண்டு சார்லியின் படங்களிலேயே மிகச் சிறந்த படமான "கோல்ட் ரஷ்" வெளி வந்தது. இந்தப் படத்தில் சார்லியின் நடிப்பு, அவரை உலகின் மிகவும் புகழ் பெற்ற மனிதர்களில் ஒருவராக மாற்றியது. ஒரு சினிமாக்காரர், பெரிய ராஜதந்திரிகளின், பெரும்

இலக்கிய அறிஞர்களின் வரிசையில் இடம் பெறுவது என்பது - அதுவும் நாற்பது வயதிற்கு முன்பாகவே அதற்கு முந்தைய காலத்திலும் பிந்தைய காலத்திலும் நடந்திராத அதிசயமாகும். சார்லிக்கு அன்று முப்பத்தி ஆறு வயதுதான். ஆனால் உலகப் புகழ் பெற்ற பின்னரும் சார்லி சாப்ளின் மனவேதனையை அனுபவித்துக்கொண்டிருந்தார். இடையில் கொஞ்சம் நன்றாக இருந்த குடும்ப வாழ்க்கையில் மீண்டும் பிரச்சினைகள் ஏற்பட்டதுதான் காரணம். சார்லி தான் வழக்கமாகச் செய்வதைப்போன்று குடும்பத்தை மறந்து படைப்பில் ஈடுபட்டார். காலம் செல்லச் செல்ல கணவன் மனைவி உறவில் நெருக்கம் குறைந்து வந்தது. இரண்டு குழந்தைகள் பிறந்த பிறகும் அந்த நிலையில் மாற்றம் எதுவுமில்லை. தன் கணவரின் புறக்கணிப்பு, மனைவிக்குக் கோபத்தை ஏற்படுத்தியது. சார்லியின் வித்தியாசமான குண அமைப்புடன் அந்த சராசரிப் பெண்ணால் எந்த விதத்திலும் இசைந்து போக முடியவில்லை. குடும்பத்தில் கொந்தளிப்பு ஏற்பட்டது. சார்லி தன்னைத் துன்புறுத்துவதாக லிடா வெளிப்படையாகக் குற்றம் சுமத்தினாள். இந்தப் பிரச்சினையில் பத்திரிகைகள் நுழைந்து சண்டையின் தீவிரத்தை இன்னும் அதிகப்படுத்தின. மகளிர் அமைப்புகள் லிடாவுக்கு ஆதரவளித்தன. பிரச்சினைக்குக் கண் காது மூக்கு வைத்து மிகவும் பெரிதுபடுத்திக் காட்டின. சார்லியின் புகழுக்குக் களங்கம் விளைவிக்கும் வகையில் நிறையக் கதைகளை பொய்யாக உருவாக்கின. முக்கியமான பத்திரிகைகள் இந்தச் சம்பவத்தைக் குறித்துத் தலையங்கம்கூட எழுதின. சார்லியின் பெயர் கெடத் தொடங்கியது. அவருக்கு நிறைய எதிரிகள் உருவானார்கள். சார்லியைப் பழி வாங்குவதற்காகக் காத்திருந்த, சினிமா வியாபாரத் துறையைச் சார்ந்த எதிரிகள் நேரடியாகவும் மறைமுகமாகவும் இப்போது சார்லிக்கு எதிராகக் களம் இறங்கினார்கள். சார்லியை வாயார மனமாரப் புகழ்ந்தவர்கள்கூட அவர் மீது பகைமைகொண்டு தூற்றினார்கள். அவ்வாறு "கோல்ட் ரஷ்" மூலமாக சார்லியின் புகழ் எந்தளவு உயர்ந்ததோ, அதையும் தாண்டி அவர் மீதான அவதூறுகளும் நாடு முழுதும் உலவிக்கொண்டிருந்தன.

லிடா, நீதிமன்றத்தில் புகார் செய்தாள். வெகு காலம் வழக்கு நடந்தது. கடைசியில் மிகப் பெரிய ஒரு தொகையை சார்லி, லிடாவுக்கு நஷ்ட ஈடாகக் கொடுக்க வேண்டும் என்று தீர்ப்பு வந்தது. அவர்களின் உறவு மணவிலக்கில் முடிந்தது. வர இருக்கின்ற துன்ப தினங்களின் முதல் அறிகுறியாக இருந்தது அந்தச் சம்பவம்.

சரியாக இந்தச் சமயத்தில்தான் அம்மாவின் உடல் நிலை மிகவும் மோசமடைந்தது. சார்லி அப்போது "சர்க்கஸ்" என்னும் சினிமாவின் தயாரிப்புப் பணியில் இருந்தார். ஸிட்னி ஐரோப்பாவில் இருந்தார். அம்மாவின் பித்தப்பையை முன்பு பாதித்திருந்த பழைய ஒரு நோய் மேலும் வலிமை பெற்று இப்போது திரும்பி வந்திருந்தது. ஒருக்கால், அறுவை சிகிச்சையால் குணமடையலாம் என்று மருத்துவர் சொன்னார்.

ஆனால் அந்தச் சமயத்தில் ஹன்னாவின் இதயம் மிகவும் பலவீனமாக இருந்ததால் எதுவும் செய்ய முடியவில்லை.

ஒரு நாள் சார்லி மருத்துவமனைக்குச் சென்றபோது அம்மா மிகவும் சோர்ந்து படுத்திருந்தார்கள். தன் மகனைக் கண் திறந்து பார்த்தார்கள். ஏதோ சொல்ல முற்பட்டார்கள். அவர்கள் வாயிலிருந்து வந்த வார்த்தைகள் தெளிவாக இல்லை. அவர்கள் மயக்கமடைந்தார்கள். மறுநாள் அவர்கள் இறந்தார்கள். அப்போது மகன் அவர்கள் பக்கத்தில் இல்லை.

தன் சுயவரலாற்றில் சார்லி அந்தச் சம்பவத்தை இப்படித்தான் விவரிக்கிறார்:

"(அம்மாவின்) அறைக்குச் சென்று சன்னலுக்கும் அவர்களின் கட்டிலுக்கும் இடையில் நான் அமர்ந்தேன். முகம் மேலே உயர்ந்திருந்தது. கண்கள் மூடியிருந்தன. இறந்த நிலையிலும் அம்மாவின் முகத்தில் துயரம்தான் தெரிந்தது. மேலும் அதிகமான துன்பங்களை எதிர்பார்த்து படுத்திருப்பதாகத் தோன்றியது. தனக்கு மனக்காயங்களை மட்டுமே கொடுத்த லாம்பெத்திலிருந்து வெகுதூரத்தில், எல்லா அபத்தங்களின் விளையாட்டு மேடையான இந்த ஹாலிவுட்டில் அம்மாவின் முடிவு ஏற்படுவது எவ்வளவு அசாதாரணமாக இருக்கிறது! சட்டென்று அனேக நினைவுகள் மனதிற் கூடுகின்றன. வாழ்க்கை முழுதும் என் அம்மா சகித்துக்கொண்ட துன்பங்கள்… எல்லாவற்றையும் எதிர்கொண்ட அந்த அசாதாரணமான துணிச்சல்… பாழாய்ப்போன ஒரு துயர வாழ்க்கை…நான் தேம்பி அழுதேன்."

"பாழாய்ப் போன" என்று மகன் குறிப்பிடுவது, அந்த அம்மாவின் வாழ்க்கையையத்தான்… ஆனால். சார்லி சாப்ளின் என்னும் மாமேதை உருவானது அந்த வாழ்க்கையிலிருந்துதான்!

தன் அம்மாவின் ஆளுமையை சார்லி இப்படித்தான் மதிப்பிடுகிறார்:

"என் அம்மாவின் ஆளுமைக்கு ஏற்றவிதமாக அவர்களின் சித்திரத்தை வரைய என்னால் முடிந்திருக்கிறதா என்று எனக்குத் தெரியவில்லை. ஆனால் தன் தோளில் விழுந்த சுமையை அவர்கள் மகிழ்ச்சியாகச் சுமக்கிறார்கள் என்று நான் சொல்வேன். கருணையும், இரக்கமும் அம்மாவின் முக்கியமான இரண்டு குணங்கள். மதத்தின் மீது நம்பிக்கை கொண்டவர்களாக இருந்தாலும் அவர்கள் பாவிகளையும் நேசித்தார்கள், அவர்களைப் புரிந்துகொண்டிருந்தார்கள். அவர்களின் குணநலன்களில் அணுவளவுகூட மாசு இருந்ததில்லை. நானும் அண்ணனும் அசிங்கமான சூழ்நிலையில் வாழவேண்டிய நிர்ப்பந்தத்திற்கு ஆட்பட்டபோது, அம்மா எப்போதும் எங்களை அந்தச் சூழ்நிலையிலிருந்து விலக்கவே முயன்றார்கள் - தரித்திரத்தின் மிகச் சிறந்ததும் இணையற்றதுமான படைப்புகள்தான் நாங்கள் இருவரும் என்னும் வகையில்." (என் கதை- சார்லி சாப்ளின்).

மாடர்ன் டைம்ஸ்

1930. சினிமாத் துறையில் பேசும்படங்களின் காலம் தொடங்கிய நாட்கள். ஆர்வமூட்டக்கூடிய எந்த விஷயமும் உடனடியாக வரவேற்கப்படுகின்றன. கதாபாத்திரங்கள் திரையில் அசைவது மட்டும் அல்ல பேசவும் செய்கின்றன என்ற நிலை வந்தபோது, அது திரைத் துறையினரின் வெகு கால ஏக்கத்தைத் தீர்க்கும் வகையில் அமைந்தது. அதன் பிறகு சினிமா, உரையாடல் பின்னணி இசை என்று வளர்ந்தது. சினிமா உலகம் புத்துணர்ச்சி பெற்று செயல்பட்டது.

ஒலி, சினிமாவை மிகவும் மாற்றி அமைக்கப் போகிறது என்று, அதற்கு முன்பே ஒரு நண்பர் சார்லியிடம் அறிவித்திருந்தார். ஏனோ சார்லிக்கு அந்தக் கருத்துடன் இசைந்து போக முடியவில்லை.

அதற்கிடையில் ஹாலிவுட்டில் வெளிவந்த ஒரு பேசும் படத்தை சார்லி பார்த்தார். அந்தப் படம் அவருக்கு மிகவும் ஏமாற்றம் அளித்தது. நடிப்பின் எல்லையற்ற சாத்தியப்பாடுகளை, சத்தம் இல்லாமல் செய்துவிட்டதாக அவருக்குத் தோன்றியது. அன்று அவர் பார்த்த அந்தப் படத்தில் நடித்திருந்த நடிகை மிகவும் திறமையான நடிகை. தொடக்கத்தில் அவளது நடிப்பும் முகபாவமும் மிகவும் சிறப்பாக இருந்தது. திடீரென்று பின்னணியிலிருந்து இசை எழத் தொடங்கியது. அதைத் தொடர்ந்து நடிகை ஒரு உரையாடலைச் சொன்னாள். எல்லாம் சேர்ந்து ஒரே களேபரம். ஒரு கதவைத் திறப்பது, பெரிய ஒரு டிராக்டர் மேடுபள்ளங்களில் செல்லும் சத்தத்தைக் கிளப்பியது. கதவுகள் மூடும்போது இரண்டு டிரக் வண்டிகள் ஒன்றுடன் ஒன்று மோதுவது போன்ற ஓசை எழுந்தது. வீட்டில் அமர்ந்து ஒரு அம்மாவும் பிள்ளைகளும் உணவு அருந்தும்போது, நெரிசலான ஒரு ஹோட்டலில் இருப்பதைப்போன்று சத்தம் வருகிறது. இதுபோன்ற பிரச்சினைகளுக்கு இடையில் கலைஞர்களின் நடிப்புத் திறன் அமிழ்ந்துவிடுவதாக சார்லி உணர்ந்தார். அதனால் பேசும் படம் என்பது தனக்கு ஏற்ற துறை

'மாடர்ன் டைம்ஸ்' திரைப்படத்தில் ஒரு காட்சி

அல்ல என்று நினைத்தார் அவர். அதனால் ரசிகர்களும், சினிமாத் துறையினரும் பேசும் படத்தைக் கண்டு வியந்தபோது, சார்லி தனி வழியில் செல்லும் பயணியைப்போல ஒதுங்கி நின்றார். அவர் தன் அடுத்த படமான "சிட்டி லைட்ஸ்" ஸை மௌனப்படமாகவே எடுத்தார். அந்தப் படம் வெற்றிபெறவும் செய்தது. பிற்பாடு திரைத்துறையில் ஓசை ஒரு இயல்பான விஷயமாக மாறும்போதும், பேசும் படங்கள் வந்து வெற்றி பெறவும் செய்தபோதும் சார்லி தன் "மாடர்ன் டைம்ஸ்" என்னும் படத்தை மௌனப்படமாகவேதான் எடுத்தார். "சிட்டி லைட்ஸ்" இன் வெளியீட்டு நிகழ்ச்சியில் பங்கேற்பதற்காக அந்த வருடம் (1931) சார்லி லண்டன், பாரீஸ், பெர்லின், வியன்னா முதலான நகரங்களுக்குப் பயணம் செய்தார். லண்டனில் வழக்கம்போல தான் சின்னஞ்சிறு வயதில் நடமாடிய இடங்களுக்குச் சென்று பார்த்தார். அன்று பாரீஸில் ஏற்பட்ட புதுமையான ஒரு அனுபவத்தை சார்லி நினைத்துப் பார்க்கிறார்.

பெல்ஜியம் ராஜா ஆல்பர்ட், சார்லி என்னும் உலகப் பெரும் கலைஞனைப் பார்க்க ஆர்வம் காட்டினார். சரியான நேரத்தில் சார்லி ராஜாவின் அறையை அடைந்தார். மிகவும் உயரமான ஒரு ஆசனத்தில்தான் ராஜா அமர்ந்திருக்கிறார். அவர் முன்னால் சார்லி அமர்வதற்காக ஒரு மிகச் சிறிய நாற்காலியை வைத்திருந்தார்கள். ஆறடிக்கு அதிகமான உயரமுள்ள ராஜாவும், ஐந்தடி மட்டுமே உயரம் உள்ள சார்லியும் எதிரெதிரே அமர்ந்திருப்பதைக் கொஞ்சம் கற்பனை செய்து பாருங்களேன்! சார்லியின் தலை ஏறத்தாழ ராஜாவின் கால்

முட்டு வரைதான் உயரம் இருந்தது. இவ்வளவு நகைச்சுவையான காட்சி வாழ்க்கையில் மிகவும் அரிதாகத்தான் காணக்கிடைக்கும் என்று சார்லி நினைவுகூர்கிறார்.

லண்டனில் சர். வின்ஸ்டன் சர்ச்சில், பெர்னாட்ஷா, எச். ஜி. வெல்ஸ் ஆகியோர் உள்ளிட்ட, அறிவியல், அரசியல் மற்றும் இலக்கியத் துறையைச் சேர்ந்த மேதைகள் பலர் சார்லியைச் சந்திக்க வந்தார்கள். மகாத்மா காந்தி அந்தச் சமயத்தில் லண்டனில்தான் இருந்தார். சார்லியும், காந்தியும் சந்தித்த நிகழ்ச்சி உலகப் புகழ்பெற்ற சம்பவம்.

காந்தியைச் சந்திக்க தனக்கு அழைப்பு வந்தபோது தான் மெய்சிலிர்த்துப் போனதாக சார்லி தன் சுயவரலாற்று நூலில் குறிப்பிடுகிறார். தாய் நாட்டின் ஏகாதிபத்தியக் கொள்கைகளை சார்லி என்றும் ஏற்றுக்கொள்ளவில்லை. நம் சுதந்திரப் போராட்டங்களில் அவர் மனதால் இந்தியாவின் சார்பாகத்தான் இருந்தார். லண்டனில் காந்தி தங்கியிருந்த ஒரு வீட்டிற்குச் சென்று சார்லி, காந்தியுடன் உரையாடினார். அந்த இருவரும் அங்கே சந்திக்கிறார்கள் என்று அறிந்துகொண்ட மக்கள் அந்த இடத்திற்குச் சுற்றிலும் உள்ள தெருக்களில் எல்லாம் நிறைந்தனர். பத்திரிகைக்காரர்களும், புகைப்படக்காரர்களும் காந்தியின் அந்தச் சிறிய வசிப்பிடத்தை ஆக்கிரமித்துக்கொண்டார்கள். மேல்மாடியில்தான் சந்திப்பு. சார்லி குறித்த நேரத்திலேயே வந்துவிட்டார். வெளியே சென்ற காந்தி இன்னும் வந்திருக்கவில்லை. மகாத்மா காந்தியை எதிர்பார்த்து சார்லி சோபாவில் அமர்ந்திருந்தார். அவருக்கு வழக்கம் அல்லாத ஒரு தடுமாற்றம் அவரைச் சூழ்ந்தது. காந்திஜி வந்தால் எப்படி உரையாடலைத் தொடங்குவது என்று அவர் யோசித்துக்கொண்டிருந்தார்.

திடீரென்று வெளியே உரத்த குரலில் கோஷங்கள் கேட்டன. டாக்ஸியிலிருந்து இறங்கிய காந்தி படியேறி மேல் மாடிக்கு வந்தார். நேராகச் சன்னல் அருகே சென்று இருவரும் கைவீசினார்கள்.

அவர்கள் திரும்பி சோபாவுக்கு வந்து அமர்ந்த போது தொடர்ந்து பிளாஷ் லைட்டுகள் மின்னின. காந்திஜி தன் பெருமைக்குரிய விருந்தினரைப் பார்த்து மனப்பூர்வமாகப் புன்னகைத்தார். சார்லி சற்றுத் தயங்கினார். அரசியலைப் பற்றித்தான் பேச வேண்டும். ஆனால் தனக்குத் தெரியாத அந்த விஷயத்தைப் பற்றி இந்தப் பெரிய மனிதருடன் ஏதாவது சில விஷயங்களைப் பேசுவது எப்படி? அவர் முதலில் என் திரைப்படங்களைக் குறித்து ஏதாவது கேட்டால் பதில் சொல்வது எளிதாக இருக்கும். ஆனால் காந்தி என் எந்தப் படத்தையும் பார்த்திருக்கவில்லை என்றால்? இப்படி பல விஷயங்களைப் பற்றி சார்லி சிந்தித்துக்கொண்டிருந்தார்.

காந்தியின் நீண்ட சிறை வாழ்க்கையைக் குறித்து, உண்ணாநோன்புப் போராட்டங்களைக் குறித்து சார்லி கேள்விப்பட்டிருந்தார். காந்தி

இயந்திரமயமாக்கலுக்கு எதிரானவர் என்ற தெளிவற்ற எண்ணமும் சார்லிக்கு இருந்தது. எனவே அதைக் குறித்து பேச்சைத் தொடங்க வேண்டும் என்று நினைத்தார் சார்லி.

"இந்தியாவின் சுதந்திரப் போராட்டத்தில் எனக்கு மரியாதையும், அனுதாபமும் உண்டு. அடிமைத்தனத்திலிருந்து விடுதலை பெறுவதற்கு இத்தகைய போராட்டங்கள் உதவுகின்றன. அதே நேரம் உங்களுக்கு இயந்திரங்கள் மீது வெறுப்பு ஏற்படுவதற்குக் காரணம் என்ன?" என்று சார்லி கேட்டார்.

காந்திஜி தலையசைத்து புன்னகைக்க மட்டுமே செய்தார். சார்லி தொடர்ந்து சொன்னார்: "மனிதர்களை அடிமைத்தனத்திலிருந்து விடுவிப்பதற்கு இயந்திரங்கள் உதவி செய்யாதா? உழைப்பைக் குறைத்து, மனப்பண்பாட்டிற்கு அதிக நேரம் ஒதுக்கவும், அதன் மூலம்

வாழ்க்கையை மேலும் மகிழ்ச்சிகரமாக மாற்றிக்கொள்வதற்கும் இயந்திரமயமாக்கல் உதவும் அல்லவா?"

" சரிதான்," காந்திஜி பதில் சொன்னார். "ஆனால் அந்த நோக்கிற்காக முயற்சி செய்வதற்கு முன்பு நாங்கள் கூடுதல் முக்கியத்துவமுள்ள ஒரு அவசரமான லட்சியத்தை அடைந்தாக வேண்டியிருக்கிறது. அதாவது முதலில் வெளிநாட்டு ஆட்சியை முடிவுக்குக் கொண்டுவர வேண்டும். பிரிட்டனைச் சார்ந்திருக்க மட்டுமே இயந்திரங்கள் உதவின என்பது எங்கள் முற்கால அனுபவம். அந்த அடிமைத்தனத்திலிருந்து விடுபடுவதற்கான ஒரே ஒரு வழி என்னவென்றால், இயந்திரங்களால் தயாரிக்கப்பட்ட எல்லாப் பொருட்களையும் நிராகரிப்பதுதான். அதனால் நாங்கள் சொந்தமாக நூல் நூற்பதையும், துணி நெய்வதையும் தேசப் பெருமை சார்ந்த கடமையாக நினைக்கிறோம். பிரிட்டனைப் போன்ற ஒரு சக்தியை எதிர்ப்பதற்கான எங்கள் வழிமுறை அது."

அந்திப் பொழுதானது. காந்தி பிரார்த்தனை செய்ய ஆயத்தமானார். அறையில் மீண்டும் பரிபூரண அமைதி நிலவியது. சார்லி காந்தியைக் கவனித்துக்கொண்டிருந்தார். என்னவொரு யதார்த்தப் பிரக்ஞை உள்ள மனிதர் என்று அவர் காந்தியைக் குறித்துச் சிந்தித்தார்.

பிற்காலத்தில்தான் (1936) சார்லி "மாடர்ன் டைம்ஸ்" என்னும் படம் எடுத்தார். இயந்திரங்களின் சர்வாதிகாரத்தைக் கேலி செய்கிற படம் அது. சார்லி காந்திஜியுடன் நடத்திய சந்திப்பின் பாதிப்பு ஒருக்கால் அந்தப் படம் உருவாவதற்குக் காரணமாக இருக்கலாம்.

"இன்பத்தைத் தேடி அலைபாய்வதற்கிடையில், மனிதத்துவம் மிதித்தழிக்கப்பட்டதன் கதை" என்னும் துணைத் தலைப்புடன்தான் மாடர்ன் டைம்ஸ் தொடங்குகிறது. அமெரிக்காவிலும், ஐரோப்பாவிலும் எல்லாம் அந்தக் காலத்தில் முழு வீச்சுடன் தொழில்மயமாக்கலுக்காக வேலைகள் நடந்துகொண்டிருந்தன. எந்தச் சைத்தானைக் கூட்டு சேர்த்தாவது தொழில் செய்ய வேண்டும் என்னும் கருத்து தீவிரம் கொண்டிருந்தது. முதலாளித்துவம் மிகப் பெரிய ராட்சசனாக வளர்ந்துகொண்டிருந்தது. மிகவும் மோசமான தொழிற் சூழ்நிலைகளில் தொழிலாளர்கள் புழுக்களைப்போல நெளிந்தார்கள். சேரிகள் பெருகின. சார்லஸ் டிக்கன்ஸும், மற்ற சிலரும் தங்களின் நூல்களில் இந்த நிலையை முன்பே சித்திரித்திருக்கிறார்கள்.

கிராமங்களில் விவசாய வேலைகள் செய்து வாழ்ந்துகொண்டிருந்த இளைஞர்கள், டெட்ராய்டில் உள்ள பெரிய தொழிற்சாலைகளை நோக்கி ஈக்களைப் போல ஈர்க்கப்படுவதையும், பிறகு உடல் சோர்ந்து, உதிரம் வற்றி சேரிகளில் அடைக்கலமாவதையும் ஒரு நண்பர் சார்லியிடம் சொல்லிக்கொண்டிருந்தார். உழைப்பை எளிமையாக்குகிற நவீன இயந்திரங்கள் நகரங்களில் புகழ் பெற்றுவிட்டிருந்தன. அப்போது ஒரு நாகரிகமான உணவு விடுதியில் எச்சில் பாத்திரங்களைக் கழுவும்

சாப்ளின் காந்தியுடன்

தானியங்கி இயந்திரம் ஒன்று நிறுவப்பட்டது. இது சார்லியிடம் உள்ள நகைச்சுவைக் கற்பனையைத் தூண்டியது.

முற்காலத்தில் சிறுவனாக இருக்கும்போது தன்னை விழுங்க வந்த அந்தப் பெரிய அச்சு இயந்திரமும் அவர் கற்பனையில் இணைந்தபோது, "நவீன காலகட்டத்தின்" (மார்டன் டைம்ஸ்) கதைக் கரு தானே உருவானது.

வாழ்க்கையை எப்படியாவது வாழ்ந்து தீர்ப்பதற்காக இரவு பகலாகப் பாடுபடுகின்ற ஏழை மக்களைப் பற்றிய படமும்கூடத்தான் இது. "மாடர்ன் டைம்ஸ்" என்னும் அந்தப் படத்தில் வேலை இல்லாத் திண்டாட்டம் உண்டு. தொழில் போட்டிகள் உண்டு. ஊர்வலம் உண்டு. போராட்டம் உண்டு. மௌனப்படத்தில் சார்லி பின்னணி இசையின் இனிமையைத் திறமையாக இணைத்திருக்கிறார். யாரும் சிந்தித்துப் பார்க்க முடியாத கடுமையான நகைச்சுவைதான் படத்தின் உயிர்த் துடிப்பு. நேரத்தை மிச்சப்படுத்துவதற்காக தொழிலாளர்கள், வேலை செய்துகொண்டே உண்பதற்கு உதவி செய்யும் ஒரு இயந்திரத்தை சார்லி இந்தப் படத்தில் காட்டுகிறார்.

முதல் பரிசோதனையின்போது இயந்திரம் சார்லியின் வாயில் ரொட்டியைப் போடுகிறது. தொண்டையில் சூப்பை ஊற்றுகிறது. முகத்தைத் துடைத்துவிடுகிறது. இடையில் ஏற்பட்ட ஒரு கோளாறால் அந்த இயந்திரம் வேலை செய்யும் தன்மை முற்றிலும் மாற்றமடைகிறது.

இந்திராகாந்தி, சாப்ளின், நேரு

இதற்குப் பிறகு வரும் காட்சிகள் மகத்தான நகைச்சுவைக் காட்சிகளை நமக்கு வழங்குகின்றன. நம்மை நாமே கட்டுப்படுத்திக்கொள்ள முடியாத அளவுக்கு நாம் விழுந்து விழுந்து சிரிக்கத் தொடங்குகிறோம்.

இந்த மாடர்ன் டைம்ஸ் படத்திற்கு அளவற்ற பாராட்டுகள் வந்து குவிந்தன. ஆனால் விமர்சனங்களும் ஏற்பட்டன. இந்தப் படம் கோல்ட் ரஷ் படத்தைப் போன்று தரமுடையதாக அமையவில்லை என்று சில விமர்சகர்கள் சொன்னார்கள். ஒரு பிரஞ்சுப் படத்தைப் பார்த்து காப்பியடித்து எடுக்கப்பட்டதுதான் இந்தப் படம் என்றும் சொன்னார்கள். இந்த வகையில் ஒரு வழக்கும் போடப்பட்டது. எதைப் பார்த்து சார்லி காப்பியடித்தார் என்று சொன்னார்களோ, அந்தப் படத்தின் இயக்குனர் ரெனெக்லெயர் முற்றிலும் வித்தியாசமான வகையில் தன் கருத்தைச் சொன்னார்:

"சாப்ளின் என் படத்தைத் திருடி எடுத்திருக்கிறார் என்றால் நான் துப்பித்தேன். ஏனெனில் நான் அவருக்கு எந்தளவு கடமைப்பட்டிருக்கிறேன் என்று கடவுளுக்குத்தான் தெரியும்!" சார்லியின் நாடோடி வேடத்தை நாம் கடைசியாகப் பார்ப்பதும் மாடர்ன் டைம்ஸில்தான்.

பேசும் படங்களின் மீதான கலைத்துவமான எதிர்வினைதான் இந்த முடிவு. தன் நாடோடிக் கதாபாத்திரம் பேசி நடிப்பதை சார்லியால் கற்பனை செய்துகூட பார்க்க முடியவில்லை. முதல் வார்த்தையை உச்சரித்த உடனே அந்தக் கதாபாத்திரம் சார்லியாக இல்லாதுபோய்விடும்

என்று நினைத்தார் சார்லி. அதனால் பேசாத அந்தக் கதாபாத்திரம் இறுதிவரை பேசாமலேயே விடை பெற்றுவிட்டது.

அந்தப் படம் வெளி வருவதற்கு முன்பு சார்லி அதில் நாடோடிப் பெண்ணாக நடித்த பெளலட் கொடாஸ் என்பவளைத் திருமணம் செய்துகொண்டார். இது சார்லிக்கு மூன்றாம் திருமணம்.

பெளலட் பல வகையிலும் சார்லிக்கு ஏற்ற பெண்ணாக இருந்தார். ஊக்கமும் அறிவுத் திறனும் கொண்டவள் அவள். சார்லியின் இரண்டாம் மனைவிக்குப் பிறந்த குழந்தைகளை தன் குழந்தைகளைப்போல அன்புடன் வளர்த்தாள். ஆயினும்கூட அவர்களின் மண வாழ்க்கை பிற்பாடு சீர்கெட்டது.

அப்படி இருக்கும்போது சார்லியின் ஒரு நண்பன் செய்தித்தாளில் வந்த ஒரு செய்தியை வெட்டியெடுத்து சார்லிக்கு அனுப்பியிருந்தார். ஹிட்லர் ஜெர்மனியில் சார்லியின் திரைப்படங்களைத் தடை செய்தது குறித்தான செய்தி அது. சார்லியின் நாடோடிக் கதாபாத்திரத்திற்கும் தனக்கும் உள்ள உருவ ஒற்றுமைதான் அந்த சர்வாதிகாரிக்குக் கோபத்தை ஏற்படுத்தியது. அந்தச் செய்தியை வாசித்ததும் சார்லியின் மனதில் ஒரு மின்னல் – அடுத்த படம் ஹிட்லரைப் பற்றிய படம்தான்!

ஹிட்லர் வேடத்தில்

முதலாம் உலகப் போரின் தீமைகளை மக்கள் எவ்வளவு விரைவில் மறந்துவிட்டார்கள்! முதலாம் உலகப் போர் முடிந்து கால் நூற்றாண்டுகூட ஆகவில்லை. அதற்குள் இரண்டாம் உலகப் போருக்கான அடையாளங்கள் தென்படத் தொடங்கிவிட்டன. ஒரு போர் தொடங்கவிருப்பதைப் பற்றிய செய்திகள்தான் எங்கும் உலவின. வழக்கம்போல யுத்தத்திற்கான நிறைய நியாயங்களும் கண்டுபிடிக்கப்பட்டன. அறிவியல் தொழில்நுட்பத் துறையில் யுத்தம் பெரும் வளர்ச்சியை உருவாக்கும் என்று ஆர்வமுடையோர் வாதிட்டார்கள்.

உண்மைதான். யுத்தம், அறிவியல் தொழில்நுட்பத்தில் முன்னேற்றத்தை ஏற்படுத்துத்தான் செய்தது. ஆனால் அது அழிவின் தொழில்நுட்பமாக இருந்தது என்பதுதான் வித்தியாசம். ஆயுதங்கள் தயாரித்து சிலர் கோடீஸ்வரர்கள் ஆனார்கள். பஞ்சம் வரப்போவதை முன்பே தெரிந்துகொண்ட வியாபாரிகள் பெரிய அளவில் அத்தியாவசியப் பொருட்களைப் பதுக்கி வைத்தார்கள். பொருட்களின் விலை மிகவும் உயர்ந்தது. ஆனால் பங்குச்சந்தை வியாபாரம் மிகவும் சிறப்பாக நடந்தது. பங்குச்சந்தை வளர்ச்சி பெற்றது. அப்படி யுத்தம் சிறுபான்மையினருக்குச் சாதகமாக ஆனது.

1934ஆம் ஆண்டு ஹிட்லர் ஜெர்மனியின் சர்வாதிகாரியாக ஆனார். ஹிட்லரின் கொடுமைகளைத் தாங்க முடியாத யூதர்கள் உலகின் பல பகுதிகளுக்கும் இடம் பெயர்ந்தார்கள். ஆரியர் அல்லாத எவரும் எதிரிகளாக முத்திரை குத்தப்பட்டார்கள். அவர்கள் மிகவும் கொடூரமாகத் துன்புறுத்தப்பட்டார்கள். மனிதன் தன் சக மனிதர்களின் மீது எவ்வளவு கொடூரமாக நடந்துகொள்ள முடியும் என்பதை அந்த நாட்கள் எடுத்துக் காட்டின. ஜெர்மனியில் இருந்து வந்துகொண்டிருந்த செய்திகள் சார்லி சாப்ளின் என்னும் கலைஞனை மிகவும் பாதித்தன. அவரது சிந்தனையைத் தூண்டின. அதிகாரத்தின் போதையில்

'தி கிரேட் டிக்டேட்டர்' திரைப்படத்தில் சாப்ளின்

மனிதர்கள் மிருகமாக ஆவதைக் கண்டு அவர் மிகவும் துயர்கொண்டார். இந்தச் சூழ்நிலை - ஹிட்லரைக் கேலி செய்தும், விமர்சித்தும், யுத்தத்தின் வெறுமையை உணர்த்தியும் ஒரு சினிமா எடுப்பதற்கு அவரைத் தூண்டியது.

விரைவிலேயே சார்லியின் இப்படிப்பட்ட போர் எதிர்ப்புத் திரைப்படம் ஒன்று வெளியானது. அந்தப் படத்தின் பெயர் "தி கிரேட் டிக்டேட்டர்". இதில் சார்லி, ஹிட்லரின் மறு உருவமாகவும், யுத்த எதிர்ப்பாளரான ஒரு ஏழை பார்பராகவும் வேடமிட்டார். அதனால் இந்தப் படத்தில் சார்லியின் பார்பர், ஹிட்லரின் உண்மை உருவமாகவும், அவருடைய இன்னொரு பிரதியாகவும் காட்சியளித்தார்.

இது சிரிப்பிற்கும், அங்கதத்திற்கும், கேலிக்கும் வாய்ப்பளிக்கிறது. தனக்குக் கிடைத்த வாய்ப்பைப் பயன்படுத்தி சார்லி மிகவும் திறமையாக இந்தப் படத்தை உருவாக்கினார். தீயைப்போல் சுடும் கிண்டல், சிந்திக்க வைக்கும் நகைச்சுவை, நம் இதயத்தைத் தொடும் உலக சமாதானத்திற்கான, சமத்துவத்திற்கான அழைப்பு எல்லாம் சேர்ந்து இந்தப் படம் மிகவும் அற்புதமான கலைப்படைப்பாக அமைந்தது. சார்லி என்னும் மனிதநேயம் மிகுந்த ஒரு கலைஞரின், மனித நன்மையின் மீதான உறுதியான நம்பிக்கைதான் இந்தப் படத்தின் அடிப்படை என்றும் சொல்லாம். நவீன சினிமாவிற்கு சார்லி அளித்த பெருங்கொடைதான்

'தி கிரேட் டிக்டேட்டர்' திரைப்படத்தில் சாப்ளின்

"தி கிரேட் டிக்டேட்டர்" என்னும் இந்தப் படம். சார்லி முதன்முதலாகத் தயாரித்த முழுநீளப் பேசும்படமும் இதுதான்.

இந்த சினிமாவைத் தயாரிப்பதற்கு, திரைக்கதை எழுதுவதற்கு, ஹிட்லரின் நடை உடை பாவனைகளைப் பின்பற்றுவதற்கு சார்லி கடுமையாக உழைக்க வேண்டியிருந்தது. அதற்காக ஹிட்லரைப் பற்றிக் கிடைக்கக்கூடிய செய்திகளையெல்லாம் சேகரித்துப் படித்தார். அந்த சர்வாதிகாரத்தைப் பற்றி வெளிவந்த தகவல் படங்களையெல்லாம் கருத்தூன்றிப் பார்த்தார். ஹிட்லரின் ஒவ்வொரு உடல் அசைவையும் கிரகித்துப் புரிந்துகொண்டார்.

பார்பராக நடிப்பதற்கு மிகவும் சிரமப்பட வேண்டியிருக்கவில்லை. முக்கியமான பயிற்சி எதுவும் அதற்குத் தேவைப்படவில்லை. சிறு பையனாக இருந்தபோது பார்பர் ஷாப்பில் வேலை செய்தபோது கிடைத்த அனுபவமும், பிறகு வருடக்கணக்காக தன் முடியைத் தானே வெட்டிக்கொள்ளும் பழக்கமும் இந்தப் படத்தில் அவருக்கு உதவி செய்தன. இந்தப் படத்தில் ஹிட்லரைத் தவிர முஸோலினியும் உண்டு. படத்தில் அவரது பெயர் நெப்போலினி. ஹிங்கலும் (ஹிட்லர்), நெப்போலினியும் சந்திக்கிற ஒரு காட்சி உண்டு படத்தில். பார்வையாளர்களிடையே சிரிப்பின் சர வெடிகளைத் தொடர்ந்து வெடித்துக்கொண்டே இருக்கச் செய்யும் ஒரு காட்சி அது. ஹன்னா

என்னும் ஆதரவற்ற பெண்தான் மற்றொரு கதாபாத்திரம். அந்த ஹன்னா என்னும் கதாபாத்திரத்தின் மூலம் தன் அம்மாவின் கஷ்ட காலங்களை சார்லி நம் முன் வைக்கிறார். ஹன்னாவா நடித்தது யார் தெரியுமா? சார்லியின் மனைவியான பௌலட் கொடாஸ்தான்.

ஹிட்லரைக் குறித்து சார்லி படம் எடுத்துக்கொண்டிருக்கிறார் என்ற செய்தி நாடெங்கும் பரவிவிட்டிருந்தது. சார்லியின் நலனில் நாட்டம் உள்ளவர்கள், அந்தப் படத்திற்கான எதிர்வினை எப்படியெல்லாம் இருக்கும் என்று அவருக்கு சுட்டிக்காட்டினார்கள். சார்லியை அவரது முயற்சியிலிருந்து பின்வாங்கச் செய்ய முயன்றார்கள். ஹிட்லரைக் கூர்மையாக விமர்சிக்கும் படத்தை அமெரிக்கர்கள் விரும்பமாட்டார்கள் என்று சொன்னார்கள்.

சென்சார் போர்டிலும் (சினிமாவைத் தணிக்கை செய்யும் குழுவிலும்) பிரச்சினை ஏற்படும். "மாடர்ன் டைம்ஸ்" படத்தில் சார்லியிடமிருந்து வெளிப்பட்ட தொழிலாளர் அன்பு, அவர் ஒரு கம்யூனிஸ்ட்காரர் (பொதுவுடைமைவாதி) என்னும் பிரச்சாரத்திற்கு வழி வகுத்தது. ஹிட்லர் எதிர்ப்புப் படம், அந்தக் கருத்தை மேலும் வலுவடையச் செய்யும் என்று அவர்கள் வாதிட்டார்கள். அதற்கிடையில் சார்லிக்கு அச்சுறுத்தல் கடிதங்களும் வந்தன. நாஜிக்களின் ஒற்றர்கள் அமெரிக்காவில் நிறைய இருந்தார்கள். அந்தக்காலத்தில் நேரடியாகவும் மறைமுகமாகவும் அவர்கள் செயல்பட்டு வந்தார்கள். சார்லியின், ஹிட்லர் பற்றிய சினிமாவின் தயாரிப்புப் பணிகள் நல்ல முறையில் முன்னேறிக்கொண்டிருந்தபோது, அந்த ஒற்றர்கள் பல தடைகளையும் ஏற்படுத்த முயன்றார்கள். ஆனால் இதற்கெல்லாம் சார்லி அஞ்சவில்லை. அவர் தொடர்ந்து தன் தயாரிப்புப் பணிகளில் ஈடுபட்டுக்கொண்டிருந்தார். எவ்வளவு துன்பங்கள் வந்தாலும் இந்தப் படத்தை நான் எடுத்தே திருவேன் என்ற மன உறுதியுடன் அவர் செயல்பட்டார். படம் எடுத்த பிறகு அதை வெளியிட திரையரங்கம் கிடைக்கவில்லை என்றாலும், அதனால் பெரிய நஷ்டம் ஏற்பட்டாலும்- ஒரு சுயவெளிப்பாடு என்ற முறையில் படத்தை நான்கு பேரிடம் திரையிட்டுக் காட்டினாலும் போதும் என்று அவர் முடிவு செய்தார்.

படத்தை வெளியிட முற்பட்டபோது எதிர்ப்புகள் மிகவும் வலுவடைந்தன. அவரை அச்சுறுத்தும் நோக்கில் எண்ணற்ற தொலைபேசி அழைப்புகள் அவருக்கு வந்தன. ஏதாவது இடத்தில் இந்தப் படத்தை வெளியிட்டால் தீ வைத்து எரிப்போம் என்றும், கொன்றுவிடுவோம் என்றும் மிரட்டல் விடுத்தார்கள். படம் முழுமை அடைந்த பிறகும் நிச்சயமற்ற தன்மைதான் நிலவியது. அந்த முக்கியமான கட்டத்தில் சார்லி தன் நண்பர்களின் அறிவுரையைக் கேட்காமல் தன்னிச்சையாகச் செயல்படுவது என்று முடிவு செய்தார். அப்படி எல்லா எதிர்ப்புகளையும் புறக்கணித்து, "தி கிரேட் டிக்டேட்டர்" வெளி வந்தது. எதுவும் நடக்கவில்லை. திரையரங்குகளில் ஒரு கூச்சலோ எதிர்ப்புக்

குரலோ ஒன்றும் ஒலிக்கவில்லை. அது மட்டும் அல்ல, அந்தப் படத்திற்கு ஆதரவு பெருகிப் பெருகி வந்தது. உலகத் திரைப்பட ரசிகர்கள் அந்தப் படத்தை இரு கை நீட்டி வரவேற்றார்கள். அந்தப் படத்தில் சொல்லப்பட்ட மனிதநேயமும், போர் எதிர்ப்பும் எளிய மனிதர்களின் இதயத்தைத் தொட்டதை சார்லி பார்த்தார். அந்தப் படத்தின் வெற்றி சார்லியை மீண்டும் அமெரிக்க மக்களின் அன்பிற்குரிய மனிதராக மாற்றியது. அதனுடன் சார்லியின் பொருளாதார நிலையும் மிகவும் உயர்ந்தது.

முதலாம் உலகப் போரின் சூழ்நிலையிலிருந்துதான் "தி கிரேட் டிக்டேட்டர்" படத்தின் கதை தொடங்குகிறது.

"டெமானியா" என்னும் கற்பனை நாட்டில்தான் கதை நடக்கிறது. அந்த நாட்டை "ஹிங்கல்" என்னும் கொடுங்கோலன் ஆட்சி செய்து வருகிறான். முதலாம் உலகப்போரில் ஹிங்கல் தோற்றுவிடுகிறான். தோல்வி அவன் மனநிலையில் பெரும் பாதிப்பை ஏற்படுத்திவிடுகிறது. தான் போரில் தோற்றதற்கான காரணம் ஒரு யூத பார்பர்தான் என்னும் ரகசியத்தை அவன் கண்டுபிடித்துவிடுகிறான். மெலிந்த உடல் கொண்டவனும், கோமாளியும், ஏழையுமான அந்த பார்பர் என்றும் யுத்தத்தை எதிர்க்கிறார். யுத்தத்தை எதிர்ப்பது என்றால் ஹிங்கலை எதிர்ப்பது என்றுதான் அர்த்தம். அதனால் முதலாம் உலகப்போரில் தான் தோற்றதற்கான மூலகாரணம் அந்த பார்பர்தான் என்று ஹிங்கல் நம்புகிறான்.

யுத்தம் தீவிரமடைகிறது. போர் எதிர்ப்பாளராக இருந்தாலும் பார்பரும் ஆயுதம் எடுக்க வேண்டும் என்ற கட்டாயம் ஏற்படுகிறது. ஆனால் அந்த பார்பருக்கு துப்பாக்கியை எப்படிப் பிடிப்பது என்றுகூடத் தெரியாது. அதற்கிடையில் அவர் "ஷல்ட்ஸ்" என்னும் பெயருள்ள படைவீரன் ஒருவனை எப்படியோ ஒரு ஆபத்திலிருந்து காப்பாற்றுகிறார். ஷல்ட்ஸைக் காப்பாற்றிய பிறகு பார்பர் அவரது விமானத்தை ஒரு பாதுகாப்பான இடத்தில் இறக்குகிறார். துரதிர்ஷ்டத்தைப் பாருங்கள், அப்போது விமானத்தில் இருந்த எரிபொருள் தீர்ந்துபோய்விடுகிறது. விமானம் சேற்றுப் பள்ளத்தில் விழுகிறது. பார்பரின் தலையில் கடுமையாக அடிபட்டுவிடுகிறது. உணர்வு வந்து அவர் விழித்தபோது அவரது நினைவாற்றல் முழுவதையும் இழந்துவிட்டவராக இருக்கிறார்.

வருடக்கணக்காக பார்பர் அந்த நிலையில் இருக்கிறார். அதற்கிடையில் உலகில் என்ன நடந்துகொண்டிருக்கிறது என்றெல்லாம் அவருக்கு ஒன்றும் தெரியாது. அட்னோய்ட் ஹிங்கல், டெமானியாவின் சர்வாதிகாரியாக உயர்ந்திருக்கிறார். ஆனால் பார்பருக்கு அது தெரியாது.

"யுத்தம், மேலும் யுத்தம்!" என்பதுதான் ஹிங்கலின் முழக்கம். உலகம் தான் சொல்வதைக் கேட்க வேண்டும் என்று அவன் கனவு கண்டான்.

யூதர்களின் ரத்தத்தைக் குடித்து அவன் தன் அடங்காத தாகத்தைத் தீர்த்துக்கொண்டிருந்தான். உயிர் வேண்டிக் கதறும் யூதர்களின் அலறலில் மக்கள் பசியின் காந்தலை மறந்தார்கள்.

பிறகு பார்பர் மருத்துவமனையை விட்டு வெளியே வருகிறார். ஊரில் ஒரு பார்பர் ஷாப் தொடங்குவதுதான் அவரது எண்ணம். வழியில் ஒரு ஆதரவற்ற பெண்ணை ஹிங்கலின் படைவீரர்கள் துன்புறுத்துவதைக் காண்கிறார். அவள்தான் ஹன்னா. பார்பர் அவளைக் காப்பாற்றி தன் உடன் அழைத்துச் செல்கிறார். நாஜி படை வீரர்கள் பின்தொடர்கிறார்கள். அவர்கள் பார்பரைக் கைது செய்கிறார்கள். அவரை விசாரணை செய்து ராஜதுரோகக் குற்றம் சுமத்தி, வெளிப்படையாகத் தண்டிக்கத் தீர்மானிக்கிறார்கள். அதிசயமான ரீதியில் ஹன்னா அவரது உயிரைக் காப்பாற்றுகிறாள்.

அதிகார மமதையின் போதையில் ஆழ்ந்து கிடந்தான் ஹிங்கல். துன்புறுத்துவதற்கான எல்லாத் தந்திரங்களும் அவனிடம் இருந்தன. ஷெல்ட்ஸூம் பார்பரும் அவனது கண்காணிப்பிற்கு உட்பட்டவர்கள். அவர்கள் இருவரும் நாஜி தலைமையின் எதிரிகள். ஏழை மக்களின் மீதுள்ள அவர்களது இரக்கமும் அன்பும் சட்டவிரோதமாகும். எனவே அவர்கள் இருவரும் வேட்டையாடப்படுகிறார்கள். விரைவிலேயே தீய புகழ் பெற்ற கான்சன்ட்ரேஷன் கேம்பில் (கான்சன்ட்ரேஷன் கேம்ப் என்றால் வதை முகாம் என்று அர்த்தம். ஹிட்லர் தன் எதிரிகளை மிகக் கொடுமையாகச் சித்திரவதை செய்வதற்காக பயன்படுத்திய சிறைக் கொட்டடிகள் இந்தப் பெயரில்தான் அழைக்கப்பட்டன). ஆனால் அவர்கள் இருவரும் ராணுவச் சீருடையை திருடி அணிந்துகொண்டு அங்கிருந்து தப்பித்துவிடுகின்றனர்.

அதற்கிடையில் ஹிங்கல் தனியே ஒரு உல்லாசப் பயணம் செல்கிறான். ஏரியின் நடுவில் அவனது உல்லாசக் கப்பல் கவிழ்ந்து விபத்து ஏற்படுகிறது. எப்படியோ களைத்துச் சோர்ந்து ஹிங்கல் ஒரு விதமாகக் கரையேறுகிறான். அவனைச் சில படைவீரர்கள் கண்டுபிடிக்கிறார்கள். சாதாரணமாக உடையணிந்திருக்கிற ஹிங்கலை அவர்கள் பார்பர் என்று தவறாகப் புரிந்துகொண்டு கைது செய்கிறார்கள். ஆனால் அதே சமயத்தில் வேறொரு இடத்தில் ராணுவ உடையில் காட்சிப்பட்ட உண்மையான பார்பர், ஹிங்கலாப் புகழப்படுகிறான். அதைத் தொடர்ந்து வருகின்றன மிகவும் உயர்வான நகைச்சுவைக் காட்சிகள். சென்ற இடம் எல்லாம் மக்கள் பார்பரைக் காணத் திரள்கிறார்கள். தங்களுடன் இரண்டு வார்த்தைகளாவது பேச வேண்டும் என்று பார்பரை வேண்டிக் கேட்டுக்கொள்கிறார்கள். தயங்கித் தயங்கி பார்பர் உரை நிகழ்த்தத் தொடங்குகிறார். பிறகு அவரது பேச்சு தேங்கு தடையற்ற காட்டாறாகப் பெருகுகிறது. மனித அன்பின் பெரும் பிரவாகம் இது. மனிதர்களை வேட்டையாடும் ஹிங்கலின் வேடத்தில் மனிதநேயமிகுந்த பார்பர் நிகழ்த்திய இந்த நீண்ட உரை, உலக சினிமாவின் சரித்திரத்தில் மறக்க

முடியாத ஓர் ஏடாகும். சார்லி சாப்ளின் என்னும் மேதையின் உலகப் பார்வை முழுதும் இதில் பிரதிபலிக்கிறது.

"பாருங்கள், எனக்கு சக்கரவர்த்தி ஆக வேண்டும் என்ற ஆசை இல்லை!" பார்பர் தன் உரையைத் தொடங்குகிறார், "ஆட்சி செய்வது என் வேலை அல்ல. நான் யாரையும் தோற்கடிக்க வேண்டிய அவசியம் இல்லை. கருப்பனாக இருந்தாலும், வெள்ளையனாக இருந்தாலும், யூதனாக இருந்தாலும் மனிதர்களுக்கு உதவி செய்ய வேண்டும் என்ற விருப்பம் மட்டும்தான் எனக்கு உண்டு."

"மனிதர்கள் எல்லாம் ஒருவருக்கொருவர் உதவி செய்துகொள்ள வேண்டும் என்று நான் விரும்புகிறேன். மற்றவர்களின் மகிழ்ச்சியைப் பார்த்துப் பார்த்து நாம் ஒவ்வொருவருக்கும் வாழ முடிய வேண்டும். யாரும் யாரையும் வெறுக்க வேண்டாம். எல்லோரும் வாழ்வதற்கு வேண்டிய இடம் இந்தப் பூமியில் உண்டு. இந்த நல்ல பூமி செல்வச் செழிப்பு மிகுந்தது. மனித குலம் முழுவதையும் பராமரிப்பதற்குத் தேவையான எல்லாமும் இந்தப் பூமியில் உண்டு."

"நாம் நினைத்தால் வாழ்க்கையின் வழியை அழகானதாகவும், சுதந்தரமானதாகவும் மாற்ற முடியும். ஆனால், அந்த வழியை நாம் தொலைத்துவிட்டோம். நம் ஆன்மாக்கள் ரத்தம் தோய்ந்ததாக மாறிவிட்டன. புவி முழுதும் வெறுப்பின் சுவர்கள்தான். துன்பமும், ரத்தம் சொரிதலும்தான் அதன் பயன்கள்..."

"விமானமும், ரேடியோவும் மற்றவையும் மனிதர்களை ஒருவருக்கொருவர் மேலும் நெருக்கமாக்கியிருக்கின்றன. உலக சகோதரத்துவமும், ஒற்றுமையும் இன்றைய காலத்தின் தேவையாகியிருக்கிறது."

" என் இந்த வார்த்தைகளை உலகம் எங்குமுள்ள மக்கள் கேட்பார்கள் என்று நான் நினைக்கிறேன். பெண்களும், ஆண்களும், குழந்தைகளும் இதைக் கேட்கலாம். கூட்டமாகக் கொலை செய்யவும், நிரபராதிகளைச் சிறையில் அடைக்கவும் தூண்டுகின்ற ஒரு நிலையின் இரைகள்தான் இந்தப் பாவப்பட்ட மக்கள். என் வார்த்தைகளைக் கேட்பவர்களே, நான் உங்களிடம் சொல்ல விரும்புவது என்னவென்றால் ஒருபோதும் நமக்கு ஏமாற்றம் வேண்டாம். நீங்கள் இன்று அனுபவிக்கின்ற இந்தத் துன்பங்கள் இருக்கின்றன அல்லவா, பேராசை முடிவடையப் போவதன் அடையாளங்கள்தான் இவை. மனித முன்னேற்றத்தைக் கண்டு அஞ்சுபவர்களின் மனதில் உள்ள கசப்புதான் இந்தத் துன்பங்கள். மனிதர்களுக்கிடையிலான வெறுப்பு முடிவடையத்தான் செய்யும் நண்பர்களே! சர்வாதிகாரிகள் நாட்டைவிட்டுச் செல்வார்கள். மக்களிடமிருந்து அவர்கள் அபகரித்துக்கொண்ட அதிகாரம் மீண்டும் மக்களுக்கே கிடைக்கும். மனிதர்கள் இறந்து வீழும் வரையிலும் சுதந்திரம் நிலைத்திருக்கும்."

'சிட்டி லைட்ஸ்' திரைப்படத்தில் ஒரு காட்சி

"படைவீரர்களே நீங்கள் இந்த மிருகங்களுக்கு ஆட்படாதீர்கள்! உங்களை ஆடுமாடுகளாக மட்டுமே எண்ணுபவர்கள் இவர்கள். இவர்கள் உங்களுக்கு பீரங்கிக் குண்டுகளைத் தின்னக் கொடுக்கிறார்கள். மக்களே, உங்களிடம்தான் அதிகாரம் இருக்கிறது."

"இந்த வாழ்க்கையை அழகானதாக்கவும், சுதந்திரமானதாக்கவும் தேவையான சுதந்திரம் உங்களிடம் உண்டு. வாழ்க்கையை நாம் அற்புதமான ஒரு சாகசப்பயணமாக மாற்ற வேண்டியிருக்கிறது. அதற்காக நாம் ஒன்றிணைவோம். ஒரு புதிய உலகத்திற்காக நாம் போராடுவோம். அனைவருக்கும் உழைக்க வாய்ப்பளிக்கிற, இளமைக்கு எதிர்காலத்தை வாக்களிக்கிற, முதுமைக்குப் பாதுகாப்பை உறுதி செய்கிற ஒரு உலகத்திற்காக நாம் ஒன்று சேர்ந்து முயல்வோம்."

"இதே வாக்குறுதிகளை நமக்குத் தந்து அதிகாரத்தில் ஏறியவர்கள்தான் இந்த ஐந்துக்கள். ஆனால், அந்த வாக்குறுதிகளையெல்லாம் அவர்கள் நிறைவேற்றவில்லை. சர்வாதிகாரிகள் முதலில் சுதந்திரத்தைப் பெற்றுத் தருகிறார்கள். பிறகு மக்களை அடிமைகளாக்கி வைக்கிறார்கள். அதனால் உலகத்தை சுதந்திரமாக்க நாம் போராடலாம்... நாடுகளுக்கிடையில் எல்லைகள் வேண்டாம். வெறுப்பும், பேராசையும், சகிப்பற்ற தன்மையும் வேண்டாம். ஒற்றுமையின் ஒரு உலகத்தைக் கட்டியமைக்க நாம் போராடலாம். அறிவியலும், முன்னேற்றமும், மனிதத்துவமும் எல்லோரையும் மகிழ்ச்சிக்கு இட்டுச் செல்கிற ஒரு உலகத்திற்காக நாம் பாடுபடலாம். படைவீரர்களே, ஜனநாயகத்திற்காக நாம் ஒன்று சேர்ந்து நிற்போம்..."

அந்த நொடியில் கேமரா நமக்கு வேறொரு காட்சியைக் காட்டுகிறது. நாட்டுப்புறத்தில் வீட்டு வாசலில் வெறும் தரையில் ஹன்னா நாஜிக்களால் துன்புறுத்தப்பட்டுத் துவண்டு கிடக்கிறாள். சட்டென்று ரேடியோவில் அவள் பார்பரின் குரலைக் கேட்கிறாள்.

"ஹன்னா, நான் சொல்வதை நீ கேட்கிறாயா? இங்கே பார் ஹன்னா?" பார்பர் அவளை அழைக்கிறார்.

ஹன்னா சிரமப்பட்டு முகத்தை உயர்த்துகிறாள். அவள் வேதனையை மறக்கிறாள். அவளுடைய காதுகளில் அமுத இனிமையான கானம்போல பார்பரின் வார்த்தைகள் வந்து விழுந்துகொண்டிருந்தன...

"முகம் உயர்த்திப் பார் ஹன்னா, இங்கே பார் ஹன்னா. கார் மேகங்கள் விலகிக்கொண்டிருக்கின்றன. மேகங்களுக்கிடையில் நாம் சூரியனைப் பார்க்கலாம். இருட்டிலிருந்து நாம் வெளிச்சத்திற்குச் சென்றுகொண்டிருக்கிறோம். மனிதன் அவனது வெறுப்பையும், பேராசையையும், மிருகத்தனத்தையும் தாண்டி வளர்கிற, மேலும் கருணையின் மென்மையான ஒரு உலகம். ஹன்னா முகமுயர்த்திப் பார், மனிதனின் ஆன்மாவிற்கு சிறகு முளைத்திருக்கிறது, கடைசியில் அவன் பறக்கத் தொடங்கிவிட்டிருக்கிறான். வானவில்லின் அருகே அவன்

பறந்து செல்கிறான். நம்பிக்கையின் ஒளியை நோக்கி அவன் பறந்து செல்கிறான். முகம் உயர்த்திப் பார் ஹன்னா!"

ஹன்னா முகம் தூக்கி உணர்ச்சியற்றுப் பார்க்கிறாள். வேதனைக்கிடையிலும் அவள் தீரத்துடன் புன்னகைக்கிறாள்.

சர்வாதிகாரியின் தீராத அதிகாரப் பேராசையின் அடையாளமாக, இந்தப் படத்தில் சார்லி சிறப்பான ஒரு காட்சியை அமைத்திருக்கிறார்.

ஹிங்கல் தன் மேசை மீது இருக்கும் உலக உருண்டையைப் பார்க்கிறான். அவன் அதை உற்றுப் பார்க்கிறான். பிறகு நுட்பமாகப் பரிசோதிக்கிறான். அவன் கண்கள் ஒளிர்கின்றன. அவன் பாசத்துடன் உலக உருண்டையைக் கையில் எடுக்கிறான். அதை ஒற்றைக் கையால் சுழற்றுகிறான். தூக்கிப்போட்டுப் பிடிக்கிறான். பந்தைப்போல தட்டி மகிழ்கிறான். அந்த சுவாரஸ்யம், ஒரு போதையாக அவன் நரம்புகளில் ஏறுகிறது. தன்னையே மறக்கிறான் ஹிங்கல். இந்தப் பூமியின் அதிபரும், பெரும் நாயகனும் நான்தான். பூமியை ஒரு கையால் தாங்கிக்கொண்டிருக்கிற, பேருருவம் படைத்த அந்த அட்லஸ் கடவுளும் நான்தான்... கையாலும், காலாலும், முதுகாலும், பின்புறத்தாலும் - அசைக்க முடிகிற ஒவ்வொரு உடல் உறுப்பாலும் அந்த உலக உருண்டையைத் தட்டி விளையாடுகிறான் அவன். மகிழ்ச்சிப்பெருக்கான அந்த நொடிகளில்... டொப்!

பலூன் உடைந்துவிட்டது. இப்போது அது கிழிந்து சுருங்கிய ஒரு சாதாரண ரப்பர் பலூன்... எவ்வளவு பரிதாபமான அழிவு ! ஹிங்கல் மேசையில் தலைவைத்துத் தேம்பி அழுகிறான். ஹிட்லர் இந்தப் படத்தின் ஒரு பிரதியை ரகசியமாக ஜெர்மனிக்கு வரவழைத்து தனியாக அமர்ந்து பார்த்தார் என்று பிறகு சார்லி அறிந்தார்.

குற்றமும் தண்டனையும் விடுதலையும்

"பொருத்தப்பட்டு வாழ முடியாத விதம் அசிங்கமாகிப்போன ஒரு மனிதன்தான் நான். எல்லாக் கலைஞர்களும் இப்படித்தான் இருக்க வேண்டும். படைப்புத் தன்மை, ஒரு மனிதனின் ஒவ்வொரு அணுவையும் தின்கிறது என்று புரிந்துகொண்ட ஒரு மனைவியை நான் இன்னும் கண்டுபிடிக்க வேண்டியிருக்கிறது. வேலை செய்யும்போது, நேசிக்கும் அனைவரிடமிருந்தும் நான் விலகி நிற்கிறேன். அந்த சமயத்தில் யாருக்காவது கொடுப்பதற்கு சக்தியோ, அன்போ என்னிடமில்லை."

தன் சுய வரலாற்று நூலில் இவ்வாறு எழுதியிருக்கிறார் சார்லி. தன் குடும்ப வாழ்க்கை சீர்கெடத் தொடங்கிய சூழ்நிலைகளை ஆராயும்போதுதான் இவ்வாறு எழுதியிருக்கிறார்.

படைப்பில் ஈடுபட்டிருக்கும்போது இந்த வகையில் மற்றவர்களை மறந்துவிடுவதனால், தன் வாழ்க்கைத்துணையாக வந்தவர்களின் உணர்ச்சிகளை முழுமையாகப் புரிந்துகொள்ள அவரால் முடியாது போனது.

ஆனால் சார்லியின் மூன்றாவது மனைவியான பெளலட்டா. சார்லிக்கு மிகவும் பொருத்தமான மனைவியாகத்தான் திகழ்ந்தார். நடிப்பு வாழ்க்கைக்கிடையிலும் ஒரு பொறுப்பான குடும்பத் தலைவியாக அவரால் வாழ முடிந்தது. ஆனால் விரைவிலேயே அவர்களின் மண வாழ்க்கையில் பிரச்சினைகள் ஏற்பட்டன. பெளலட்டா, 1942ஆம் ஆண்டு சார்லியிடமிருந்து மணவிலக்குப் பெற்றாள்.

அதற்கிடையில் ஜோன்பாரி என்னும் மற்றொரு நடிகை, சார்லியிடம் தன்னை மணந்துகொள்ளும்படி தொடர்ந்து தொந்தரவு செய்யத் தொடங்கினாள். திரைப்பட உலகத்தில் முன்னேற அவளுக்கு சார்லியின் உதவி தேவைப்பட்டது. ஆனால், இயல்பான ஆற்றல் இல்லாதவர்களை முன்னேற்றுவதில் சார்லிக்கு எப்போதும் விருப்பம் இருந்தது இல்லை. தன் அன்பிற்குரிய மனைவியாக இருந்தால்கூட தகுதியற்ற ஒருவருக்கு

உதவ அவர் எப்போதும் விரும்பியதில்லை. எனவே ஜோன்பாரி அவர்மீது வருத்தம் கொண்டாள். மதுவுக்கு அடிமையானவள் அவள். பௌலட் வீட்டில் இருக்கும்போதே ஜோன்பாரி சார்லியின் வீட்டுக்கு வந்து பௌலட்டை அச்சுறுத்தினாள். இப்படி அந்தத் தொந்தரவு அதிகரித்தது. ஒரு நாள் மிகவும் குடித்த நிலையில் ஜோன்பாரி, சார்லியின் வீட்டு சன்னலைக் கல்லெறிந்து உடைத்தாள். உள்ளே நுழைந்து தொந்தரவு செய்தாள். சார்லி செல்லும் இடத்திற்கெல்லாம் இவளும் தொடர்ந்து சென்று அவரை அச்சுறுத்தினாள். பலமுறை, பல காரணங்களுக்காக அவள் சார்லியிடமிருந்து பெருந்தொகைகளைப் பிடுங்கிச் சென்றாள்.

அப்படியிருக்கும்போது ஜோன்பாரி கர்ப்பவதி ஆனாள். தன் குழந்தைக்குத் தந்தை சார்லிதான் என்று நீதிமன்றத்தில் வழக்குத் தொடர்ந்தாள் அவள். புகழ்பெற்ற அமெரிக்க நாடக ஆசிரியரான யூஜின் ஓநீலின் மகள் ஊனா ஓநீலை திருமணம் செய்துகொள்ள வேண்டும் என்று சார்லி முடிவு செய்திருந்த நாட்கள் அவை. அன்று ஊனாவுக்கு பதினேழு வயதுதான். சார்லிக்கு ஐம்பத்து மூன்று வயது. புதிய சினிமாவில் ஒரு வாய்ப்புக்கொடுக்கும்படி ஒரு நண்பர் அவள் பெயரை பரிந்துரை செய்திருந்தார். அப்படித்தான் சார்லிக்கும் ஊனாவுக்கும் முதல் அறிமுகம் ஏற்பட்டது. அந்த முதல் அறிமுகத்திலிருந்தே அவர்களுக்கிடையில் அன்புறவு தொடர்ந்தது. ஆயினும் தான் அந்தப் பெண்ணைவிடவும் மிகவும் அதிக வயதுடையவனாக இருப்பதால், சார்லி திருமண எண்ணத்தை வெளிப்படுத்தவில்லை. இந்தச் சிக்கலை உணர்ந்துகொண்ட ஊனா, தன் கருத்தை மனம்திறந்து சார்லியிடம்

வெளிப்படுத்தினாள். அதாவது அவள் சார்லியை தான் மணம் செய்துகொள்வதாகத் தெரிவித்தாள். அந்த நாட்களில் ஜோன்பாரியின் வழக்கு விவரங்கள் பத்திரிகைகளில் வெளிவந்துகொண்டிருந்தன. இந்தச் செய்திகளை அமெரிக்கப் பத்திரிகைகள் மிகவும் முக்கியத்துவம் கொடுத்து வெளியிட்டன. சார்லியின் புகழுக்கு மிகவும் களங்கம் ஏற்பட்டது. ஆனால், ஊனா அவற்றையெல்லாம் பொருட்படுத்தவில்லை. அப்படி எல்லாக் குழப்பங்களுக்கும் இடையில் 1943-ஆம் ஆண்டு ஜூன் மாதம் அவர்கள் மண வாழ்க்கையில் இணைந்தார்கள்.

இரண்டாம் உலகப்போரின் காலம். ஜெர்மனி, சோவியத் யூனியனை ஆக்கிரமித்து எண்ணற்ற படுகொலைகளை நடத்தியது. இது உலகம் எங்குமுள்ள மனிதநேயம் கொண்ட மக்களைப் பெரும் துயரத்தில் ஆழ்த்தியது. பெரும் சக்தியுடன் ஹிட்லரின் படை முன்னேறிக்கொண்டிருந்தது. அந்த சமயத்தில் அமெரிக்க அமைப்பு ஒன்று, ரஷ்யாவின் போர்த் துயரங்களுக்கான சமாதானத்திற்காக, போர் எதிர்ப்புப் பேரணி ஒன்றை நிகழ்த்தத் திட்டமிட்டது. அதை வரவேற்றுப் பேசுவதற்கு சார்லி அழைக்கப்பட்டார்.

1942 - மே மாதத்தில் நடந்தது அது. சார்லி மகிழ்ச்சியுடன் அந்த அழைப்பை ஏற்றுக்கொண்டார். சான்பிரான்சிஸ்கோவில் பெருங்கூட்டமாகக் கூடிய மக்களை சார்லி, "தோழர்களே!" என்று அழைத்துப் பேசினார். நாஜிக்களின் பயங்கரவாதத்தை எதிர்க்கின்ற எல்லோருக்காகவும்தான் நான் பேசுகிறேன் என்று அவர் பேசினார். நாஜிக்களுக்கு எதிராக ஒரு இரண்டாம் படையணி எழுந்துவர வேண்டிய அவசியம் உள்ளதாகவும் அவர் குறிப்பிட்டார்.

இரண்டு மாதத்திற்குப் பிறகு இன்னுமொரு போர் எதிர்ப்புப் பேரணியையும் சார்லி வரவேற்றுப் பேசினார்.

சார்லி, "தோழர்களே!" என்று அழைத்துப் பேசியது கடும் சர்ச்சைக்கு ஆட்பட்டது. கம்யூனிஸ்டுகள் அழைக்கின்ற அர்த்தத்தில் தான் அந்த வார்த்தையைப் பயன்படுத்தவில்லை என்று அவர் அப்போதே விளக்கம் கொடுத்திருந்தார். ஆயினும் பத்திரிகைகள் இந்த விஷயத்தைப் பெரிதுபடுத்தி பிரச்சினையாக்கின. "மக்களை தோழர்களே என்றுதான் அழைக்க வேண்டும் என்று இவருக்கு என்ன கட்டாயம்? நாஜிக்களின் பயங்கரவாத செயல்களை இவர் ஏன் இந்தளவு பெரிதுபடுத்துகிறார்? நாஜிகள் சோவியத் யூனியனைக் கைப்பற்றியது குறித்து இந்தளவு கொதிப்படைவதற்கு என்ன இருக்கறது?" இவைதான் எதிரிகளின் கேள்விகள்.

இதற்கான பதிலையும் அவர்களே சொன்னார்கள்: "சார்லி சாப்ளின் ஒரு பெரிய கம்யூனிஸ்ட் ஆவார். இவரின் "மாடர்ன் டைம்ஸ்" வெளிவந்தபோதே நாங்கள் இதைச் சுட்டிக்காட்டினோம். ஓ ! அவருக்குத்தான் தொழிலாளர்கள் மீது எவ்வளவு அக்கறை! ஹிட்லர்

சினிமாவில் பார்பர் உரையாற்றுவது மற்றொரு உதாரணம். நாஜிகள், சோவியத் ரஷ்யாவை ஆக்கிரமித்தவுடன் சார்லி சாப்ளின் தாங்கிக் கொள்ள முடியாமல் தன்னை வெளிக்காட்டிக் கொண்டுவிட்டார்!"

சார்லி சாப்ளின் விரோதப் பிரச்சாரத்திற்கு, பத்திரிகைப் பத்தி எழுத்தாளரான வெஸ்ட் ப்ரூக் பெக்லர் என்பவர் தலைமை வகித்தார். சார்லியின் கடந்த கால வாழ்க்கையை ஆராய்ந்து இவர் பல விஷயங்களையும் வெளிக்கொண்டுவந்தார். "மக்களுக்குத் தெரிந்த கம்யூனிஸ்டுகள் எல்லாம் சார்லி சாப்ளிக்கு நண்பர்கள்தான்!" என்று எழுதினார் அவர். அதைத் தொடர்ந்து, திடுக்கிட வைக்கும் மற்றொரு விஷயத்தையும் அறிவித்தார், "சார்லி சாப்ளின் அமெரிக்காவில் தங்கத் தொடங்கி முப்பதாண்டுகளுக்கு மேல் ஆகியும்கூட இன்னும் அவர் பிரிட்டிஷ் குடிமகனாக இருப்பது எப்படி?"

அமெரிக்காவில் அது சாதாரணம் என்றும், அப்படிப் பல்லாயிரக் கணக்கான மக்கள் அங்கே நிலையாக வாழ்ந்து வருகிறார்கள் என்றும் அனைவருக்கும் தெரிந்தாலும், தெரியாததுபோல நடித்தார்கள். அமெரிக்கக் குடியுரிமை பெறாத ஒரு வெளிநாட்டுக்காரனின் செயல்களைச் சந்தேகிக்க வேண்டும் என்ற விஷயத்தை ஆட்சியாளர்களும் ஏற்றுக்கொண்டார்கள். எல்லாம் சேர்ந்து சாப்ளின் எதிர்ப்பு அலை பலமாக வீசியது. அரசியல்வாதிகளும், சில தொழிலதிபர்களும் பத்திரிகைகளுக்கு உதவி செய்தார்கள்.

இந்தச் சூழ்நிலையில்தான் ஊனாவுக்கும் சார்லிக்கும் திருமணம் நடந்தது. அந்த வருடமே ஜோன்பாரி ஒரு பெண் குழந்தையைப் பெற்றெடுத்தாள். இந்தக் குழந்தைக்கு அப்பா சார்லிதான் என்று வழக்குத் தொடர்ந்திருந்தாள் அவள். இந்த வழக்கில் தீர்ப்புச் சொல்வற்காக நீதிமன்றம் ரத்தத்தைப் பரிசோதனைக்கு உத்தரவிட்டது. ரத்தப்பரிசோதனையின் முடிவுகள் விரைவில் வெளியிடப்பட்டன.

சார்லியின் ரத்தம் 'ஓ' குரூப் வகையைச் சார்ந்தது. ஜோன்பாரியின் ரத்தம் 'ஏ' குரூப் வகையைச் சார்ந்தது. ஆனால் குழந்தையின் ரத்தம் 'பி' குரூப் வகையைச் சேர்ந்ததாக இருந்தது. அப்பாவின் ரத்தம் 'ஓ' குரூப் வகையைச் சேர்ந்ததாகவும், அம்மாவின் ரத்தம் 'ஏ' குரூப் வகையைச் சேர்ந்ததாகவும் இருந்தால், குழந்தையின் ரத்தம் ஒருபோதும் 'பி' குரூப்பைச் சேர்ந்ததாக இருக்காது. குழந்தை ஒன்று, 'ஏ' குரூப் ரத்தவகையைச் சேர்ந்ததாக இருக்க வேண்டும், அல்லது 'ஓ' குரூப் ரத்தவகையைச் சேர்ந்ததாக இருக்க வேண்டும். பாரம்பரியத்தின் அடிப்படையில்தான் ரத்த குரூப்புகள் உருவாகும். சார்லியை அந்தக் குற்றத்திலிருந்து விடுவிக்கக் கிடைத்த வலுவான ஆதாரமாக இருந்தது அது. அந்த உண்மையை நீதிமன்றம் ஏற்றுக்கொள்ளவும் செய்தது. சார்லி அந்த வழக்கிலிருந்து விடுவிக்கப்பட்டார். ஆனால் அந்த நிம்மதி அதிக நாட்கள் நீளவில்லை. நீதிமன்றத்தில் வழக்கைத் தொடர ஜோன்பாரியின் வழக்குரைஞர் அனுமதி வாங்கினார். சார்லிக்கெதிராக

அவர் இன்னும் அதிகமான ஆதாரங்கள் வைத்திருக்கிறாராம். சார்லிக்கு எதிராக வாதடக்கூடிய வழக்கறைஞர் ஸ்காட் என்பவர். இவர் மிகவும் திறமையாகப் பேசக்கூடியவர். எவ்வளவு பெரிய பொய்யையும் உண்மையைப்போலவே நிரூபித்துவிடுவார். பிறகு அவருக்கு மிகப் பெரிய தேச பக்தர் என்ற புகழும் இருந்தது. அமெரிக்கர்கள் அல்லாதவர்களைப் பார்த்தாலே அவருக்குப் பிடிக்காது. பாவப்பட்ட ஒரு அமெரிக்கப் பெண்ணிற்கு, அயோக்கினான ஒரு வெளிநாட்டுக்காரனிடமிருந்து நீதி கிடைத்தே ஆகவேண்டும் என்று அவர் வாதிட்டார்.

அவர் புதிய சில ஆதாரங்களை முன்வைத்தார். சார்லி பெண்களைத் துன்புறுத்தியதாகக் கதைகட்டி அதைக் கேட்போர் இதயத்தைத் தொடும்படி திறமையாகச் சொன்னார் ஸ்காட். ஜோன்பாரியுடன் அவருக்கு முறையற்ற தொடர்பு இருந்தது என்று வாதிட்டார். பிறகு ஜோன்பாரியின் குழந்தையை நாடகப்பாணியில் நீதிபதிக்கு முன்பு தூக்கிக் காட்டிய பிறகு அந்தக் குழந்தையிடம் தென்படும் சார்லியின் அடையாளங்களைக் கவனிக்கும்படி கேட்டுக்கொண்டார். "பாருங்கள், ரத்த குரூப்புகள் என்ன சொன்னாலும், சாப்ளினால் நம் கண்களை ஏமாற்ற முடியாது!" என்றார் அவர். நீதிபதிகள் அவர் சொன்னதை அப்படியே ஏற்றுக்கொண்டார்கள். அந்தக் குழந்தை சார்லியைப் போலவேதான் இருப்பதாக அவர்களும் சொன்னார்கள். அப்புறம், அமெரிக்க் குடிமகள் ஆகத் தயங்குகிற ஒரு வெளிநாட்டுக்காரனை ஏன் நாமாகக் காப்பாற்ற வேண்டும் என்று நினைத்தார்கள் அவர்கள். இந்த வழக்கின் புதிய தீர்ப்பு சார்லிக்கு எதிராக அமைந்தது. அவர் ஜோன்பாரியின் குழந்தைக்கு, அதற்கு இருபத்தி ஒன்று வயது ஆகும் வரை செலவிற்குப் பணம் கொடுக்க வேண்டும். வழக்கு தோற்றுவிட்டாலும் இந்த வகையிலாவது தொல்லை ஒழிந்ததே என்று சார்லி நிம்மதியடைந்தார்.

மன அமைதி பெறுவதற்காக சார்லி ஊநாவையும் அழைத்துக்கொண்டு நியூயார்க் சென்றார். அங்கே "மொஸ்யெ வெர்தொ" என்னும் திரைப்படத்திற்கான திரைக்கதை எழுதும் பணியில் ஈடுபட்டார்.

கொலைச் செயல்களில் மிகவும் மகிழ்ச்சிகொள்கிற ஒரு நடு வயது மனிதனின் கதைதான் "மொஸ்யெ வெர்தொ". பெண்களை வசீகரித்துக் கொன்று மகிழ்ச்சியடைகிற ஒரு மன நோயாளி அவன். கொலைகளைப் பற்றி ஒரு நகைச்சுவைத் திரைப்படமா? ஆனால், முடிவில் அதுவும் ஒரு யுத்த எதிர்ப்புத் திரைப்படமாகத்தான் இருந்தது. இந்தப் படத்தின் உள்ளடக்கமும் மனிதம்தான். ஆனால் சாப்ளின் எதிர்ப்பாளர்கள் அதிலும் நிறைய கம்யூனிஸத்தைக் கண்டுபிடித்தார்கள். மதவாதிகள் அந்தப் படம் மதத்திற்கு விரோதமான படம் என்று சுட்டிக்காட்டினார்கள். ஆசாரவாதிகள், இந்தப் படம் குரூரத்தை மகத்துவப்படுத்துகிறது என்று குற்றம் சாட்டினார்கள்.

படத்தில் ஒரு இடத்தில் வெர்தொ சொல்வதாக ஒரு வாசகம் வருகிறது: " ஒருவனைக் கொன்றால் குற்றவாளி, லட்சக்கணக்கானோரைக் கொன்றால் வீர நாயகன். எண்ணிக்கைதான் புனிதப்படுத்துகிறதா?"

அரசியல் வட்டாரங்களில் இது புயலைக் கிளப்பியது. அரசியல் தலைவர்களைக் கொலைகாரர்களாகக் காண்பவரைச் சும்மா விட்டுவிடுவார்களா?

பல்வேறுபட்ட எதிர்ப்புகளால் இந்தப் படத்தின் திரையிடல் பல முறை முடங்கியது. பத்திரிகைகள் இந்தப் படத்தைப் பற்றி மிகவும் மோசமாக எழுதின. மனித நேயத்திற்குப் புகழ் பெற்ற சாப்ளின், எதற்கு ஒரு கொடும் பாதகனின் கொடூரச் செயல்களை நியாயப்படுத்த வேண்டும்? என்று சார்லியின் நலனில் அக்கறை கொண்டவர்கள்கூட கேள்வி எழுப்பினார்கள். ஆனால் மற்ற எந்த ஒரு சாப்ளின் படத்தைப் போலவே இதிலும் ஆரோக்கியமான ஒரு செய்தி உண்டு. மனிதத்திற்கான செய்தி அது. சாப்ளின் எதிர்ப்பால் இதை விமர்சகர்கள் கண்டுகொள்ளத் தவறிவிட்டார்கள். இந்தப் படத்தைப் பற்றிய மிகச் சிலரின் பக்குவமான வார்த்தைகளை யாரும் கவனிக்கவில்லை. இந்தப் படத்தில் மற்றொரு சிறப்புத் தன்மையும் இருந்தது. ஒரு கொலைகாரனை, ஒரு நகைச்சுவைக் கதாபாத்திரமாக வெளிப்படுத்துவது என்பதை திரைப்பட வரலாற்றிலேயே முதன்முறையாக சாப்ளின்தான் செய்தார். கம்யூனிஸத்தின் பெயரால் அமெரிக்காவிலும், மற்ற இடங்களிலும் பழிக்கப்பட்ட இந்தப் படத்தை, "முன்னேற்றக் கருத்துகள் அற்ற படம்" என்ற காரணத்தைச் சொல்லி சோவியத் ரஷ்யாவும் தடை செய்ததுதான் மிகவும் சுவாரஸ்யமான நிகழ்ச்சி!

எல்லாம் சேர்ந்து, சற்று அடங்கியிருந்த சாப்ளின் எதிர்ப்பு மீண்டும் கிளர்ந்து எழக் காரணமாயின. பத்திரிகைகள் சார்லியைப் பற்றி நாள்தோறும் புதுப்புதுக் கதைகளை உற்பத்தி செய்து வெளியிட்டன. சார்லியிடம் தவறைக் கண்டுபிடிப்பதற்காக மட்டுமே அவருடன் நேர்காணல்கள் நடத்தின. "அமெரிக்கா உங்கள் நாடு என்றால் நீங்கள் ஏன் அமெரிக்காவுக்காக எதுவும் செய்யவில்லை? ஏன் சோவியத் யூனியனைப் பற்றி அடிக்கடி அதிகம் பேசுகிறீர்கள்? ஏன் நீங்கள் அமெரிக்கக் குடியுரிமை பெறத் தயங்குகிறீர்கள்?" என்பதுபோன்ற கேள்விகளைத்தான் பத்திரிகையாளர்கள் சார்லியுடனான நேர்காணலின்போது கேட்டார்கள்.

"எனக்கு எல்லா நாடுகளும் ஒன்றுதான். தேசபக்தியைக் குறித்து எனக்குள்ள பார்வை உங்களுடையதிலிருந்து வேறுபட்டது..." போன்ற சாப்ளினின் பதில்கள் அவருக்கு இன்னும் அதிகமான எதிரிகளை உருவாக்குவதற்குத்தான் உதவின.

அதற்கிடையில் அமெரிக்க எதிர்ப்புச் செயல்களைப் பற்றி விவரங்கள் சேகரிக்கிற குழு சார்லியிடம் விசாரணை செய்ய முடிவு

செய்து இந்தத் தகவலை அவரிடம் தெரிவித்தது. தன் தரப்பு நியாயங்களை விளக்கி சார்லி அவர்களுக்கு ஒரு கடிதம் எழுதினார். அந்தக் குழு, விசாரணையை பலமுறை ஒத்தி வைத்தது, கடைசியில் அந்தத் திட்டத்தைக் கைவிட்டது.

பலமுனைகளிலிருந்து சார்லிக்கு எதிர்ப்புகளும், துன்பங்களும், நெருக்கடிகளும் வந்த இந்தக் கால கட்டத்தில் ஊனா அவருக்குப் பெரும் ஆறுதலாக இருந்தாள். முதிர்ந்த பக்குவத்துடன் தன் கணவனின் காரியங்களைக் கவனித்துக்கொண்டாள். வீட்டின் சூழல் சார்லிக்கு நிம்மதி அளிப்பதாக இருந்தது. மற்றவர்களின் கருத்துகளை எப்போதும் உட்கொள்கிறாள் என்ற தகுதிதான் ஊனாவை, என் மற்ற மனைவிகளிடமிருந்து வித்தியாசப்படுத்துகிறது என்று சாப்ளின் எழுதினார். அது முற்றிலும் உண்மைதான். ஊனா, சாப்ளின் ஜெரால்டின், மைக்கேல், ஜோஸபைன், விக்டோரியா என்னும் நான்கு மக்களைப் பெற்றெடுத்தாள். பிறகு சுவிட்சர்லாந்தில் மேலும் நான்கு பிள்ளைகள் பிறந்தன. சார்லியின் மனதிற்கு மிகவும் பொருத்தமுடையவளாக இருந்தாள் ஊனா.

1952 ஆம் ஆண்டு, "லைம்லைட்" என்னும் புதிய சாப்ளின் படம் வெளி வந்தது. முன்னொரு காலத்தில் தெருவில் அலைந்த சார்லியை இப்படம் சித்திரித்தது. ஒரு அர்த்தத்தில் இதில் சார்லி, வீடு குறித்த நினைவுடன் தன் கடந்தகால நாட்களை நோக்கி நடந்து செல்கிறார். சார்லியுடன் அவரது அண்ணன் ஸிட்னியும் இந்தப் படத்தில் முக்கியப் பாத்திரம் ஏற்று நடித்திருக்கிறார். குழந்தைகளான ஜொரால்டின், மைக்கேல், ஜோஸபைன் ஆகியோர் சிறிய வேடங்களில் நடித்திருக்கிறார்கள். பெருங்குடிகாரனான நாயகன் கால்வேரோ (சார்லி) பற்றிய சித்திரிப்பில், சார்லி மிகவும் மரியாதையையும் அன்பும் கொண்டிருந்த அவரது அப்பாவின் அடையாளங்களைப் பார்க்கலாம். ஒரு கலைநிகழ்ச்சியில் தீவிரமாக ஆழ்ந்திருக்கும்போது மாரடைப்பு வந்து கால்வேரோ அகாலமரணம் அடைகிறார். கலைஞன் என்ற நிலையில் அப்படி ஒரு முடிவைத் தனக்கும் சார்லி ஆசைப்பட்டிருக்க வேண்டும். லைம்லைட் வெளிவந்து ஓடிக்கொண்டிருக்கும்போது சார்லி தன் குடும்பத்துடன், ஆறுமாதகால வெளிநாட்டுப் பயணத்திற்குப் புறப்பட்டார். கப்பல் மறுகரையை அடைந்ததும் அமெரிக்காவிலிருந்து அட்டர்னி ஜெனரலின் உத்தரவு கிடைத்தது.

"அமெரிக்கக் குடியுரிமை பெறத் தவறியதாலும், அமெரிக்க விரோத செயல்களில் ஈடுபட்டதற்காகவும், அனைத்திற்கும் மேலாக - தங்களின் கம்யூனிஸத் தொடர்புகளின் காரணத்தாலும் நீங்கள் அமெரிக்காவுக்குள் மீண்டும் நுழைவது தடை செய்யப்பட்டிருக்கிறது." - இதுதான் அந்த உத்தரவு.

"எதற்காக இந்தப் பெரும் சதியை என் மீது சுமத்தியிருக்கிறார்கள்? எல்லாம் சமாதானமாகிவிட்டது என்று நினைத்துக்கொண்டிருக்கும்போது

ஏன் இவ்வளவு பெரிய ஆபத்து வருகிறது? சொத்துகள் எல்லாம் அமெரிக்காவில் இருக்கிறது. இனி அங்கே செல்லக் கூடாது என்று சொன்னால் என்ன செய்வது?' என்று சார்லி சிந்தித்துக் குழம்பும்போது உளநா சட்டென்று இப்படிச் சொன்னாள்:

"தடை உங்களுக்கு மட்டும்தானே, என்னை அவர்கள் தடுக்க முடியாது அல்லவா!" அவள் விரைந்து அமெரிக்காவுக்குச் சென்று சேகரித்து வைத்திருந்த பணம் முழுவதையும் எடுத்துக்கொண்டு திரும்பி வந்தாள். மற்ற விஷயங்களைக் கவனித்துக்கொள்ள சார்லியின் அண்ணன் ஸிட்னி இருக்கிறார் அல்லவா! ஸிட்னியிடமும் பொறுப்புகளை ஒப்படைத்தார் சார்லி. தன் குடும்பத்துடன் முதலில் லண்டனுக்கு வந்தார்.

வழக்கம்போல முதலில் தான் குழந்தைப்பருவத்தில் அலைந்து திரிந்த இடங்களைப் பார்வையிட்டார். பிரிட்டனில் இருந்த புகழ் பெற்ற மனிதர்களுடன் உரையாட முடிந்தது. ஹிரோஷிமாவில் நிகழ்ந்த அணுகுண்டு வெடிப்புக்குப் பிறகு சார்லி, அறிவியல், அழிவுக்கும் பயன்படுவதைக் குறித்து மிகவும் பிரக்ஞை கொண்டிருந்தார். ஒரு சிறிய தீவான பிரிட்டன் ஆவலுடன் அணுகுண்டுகளைச் சேகரிக்கிறது. "எதற்காக இந்த வீண் வேலை?" என்று சார்லி, ஆட்சியுடன் தொடர்புள்ள தன் நண்பர்களிடம் எல்லாம் கேட்டார். புகழ் பெற்ற கம்யூனிஸ்டுகள்கூட ஆயுதங்கள் சேகரிப்பதை நியாயப்படுத்துவதைக் கண்டு வியந்தார். "எந்த அணியிலும் சேராமல் ஏன் நடுநிலையுடன் இருக்கக் கூடாது?" என்று கேட்டார் சார்லி. இதற்கு யாரும் சரியான பதில் சொல்லவில்லை. அதே சமயம் ஆயுதக் குவியலின் அவசியத்தைக் குறித்து அறிவாளிகள் பெரிய அளவில் வாதிட்டார்கள். எல்லாம் சேர்ந்து சார்லியின் மனது மிகவும் அமைதியற்றுப் போனது.

வேதனை தரும் மற்றொரு உண்மையையும் மேலை நகரங்கள் அவருக்கு அறிவித்தன. அமெரிக்காவைப் போல, ஐரோப்பாவிலும் வாழ்க்கை மேலும் மேலும் சிக்கலும் போட்டியும் நிறைந்ததாக மாறிக்கொண்டிருக்கிறது என்ற உண்மைதான் அது. வாழ்க்கையைப் பார்த்து அறிந்துகொள்ள முடியாதவிதம் வாழ்க்கை மதிப்பீடுகள் மாறிக்கொண்டிருக்கின்றன. முன்னேற்றத்தேரின் வேகம் தனி மனிதர்களை கசக்கி எறிகிறது. அந்நியமயமாதல் தீவிரமடைகிறது. கலாசார ரீதியான ஒரு உட்பார்வை இல்லாததுதான் இதற்கெல்லாம் காரணம் என்று சார்லி புரிந்துகொண்டார். மனித வாழ்க்கை உலகமெங்கும் அசிங்கங்களில் நெளிகிறதல்லவா? கலையின் அழகுகளை அனுபவிப்பதற்கான மனிதர்களின் திறன் குறைந்துகொண்டிருக்கிறது. அறிவியலோ, தெளிவான திசையோ, பொறுப்புணர்வோ இல்லாத சில அரசியல் தலைவர்களின் கைப் பாவையாக இருக்கிறது. இதைப் பற்றி சார்லி, ஓப்பன் ஹைமரிடம் பேசினார். அறிவதற்கான ஆர்வம்தான் மனிதனை எப்போதும் முன்னோக்கிச் செலுத்துகிறது என்று பதில் சொன்னார் அவர். ஆனால், எதிர்விளைவுகளைப் பற்றிய தொலைதூரப்

பார்வை வேண்டும் என்று சொன்னார் சார்லி. இந்தக் கருத்துகளை எல்லாம் அவர் தன் சுயவரலாற்றில் எழுதியிருக்கிறார். சார்லி, மனித நலனின் மீது அக்கறை கொண்ட அறிவியலைப் போற்றினார்.

சிந்திக்கின்ற மனிதர்கள்தான் எப்போதும் உலகின் விடுதலையைச் சாத்தியமாக்குகிறார்கள் என்று அறிஞர் கார்லைல் சொன்ன கருத்தை, சார்லி என்றும் நினைவில்கொண்டிருந்தார். இன்று பரவலாக பேசப்படும் சுற்றுச்சூழல் சிந்தனையின் விதைகள் சார்லியின் மனதில் இருந்தன. அதற்கான சிறந்த உதாரணம்தான் "மாடர்ன் டைம்ஸ்".

பிரிட்டனிலிருந்து சாப்ளின் குடும்பம் பிரான்சுக்கும், ஜெர்மனிக்கும், இத்தாலிக்கும் சென்றது. சென்ற இடத்திலெல்லாம் அவருக்குப் பிரமாண்டமான வரவேற்பு அளிக்கப்பட்டது. அமெரிக்காவில் நடந்த சம்பவங்களால் ஏற்பட்ட வருத்தம் விரைவில் அகன்றது. ஐரோப்பிய சுற்றுப்பயணம் அவரது சிந்தனையையும், பார்வையையும் விரிவுடுத்தியது. புதிய உற்சாகத்துடன் சார்லி, தன் குடும்பத்துடன் சுவிட்சர்லாந்தில் குடியேறினார். தன் கணவருக்கு ஏற்றவகையில் ஊனாவும் அமெரிக்கக் குடியுரிமையைத் துறந்தார். அவர்கள் குடும்பம் இன்னும் கொஞ்சம் வளர்ந்தது. ஆணும் பெண்ணுமாக ஊனாவுக்கு எட்டுப் பிள்ளைகள். சார்லி ஒரு நல்ல குடும்பத் தலைவராக, தன் குழந்தைகளின் நலத்தில் முழு அக்கறைகொண்டு வாழ்ந்தார்.

அந்தச் சமயத்தில் கொரிய யுத்தம் நடந்துகொண்டிருந்தது. சீனாவின் மீதான அமெரிக்காவின் பகை மேலும் வலுப்பெறுவதற்கு அந்த யுத்தம் காரணமாக அமைந்தது. சீனப் பிரதமர் சூ-என்-லாயைக் குறித்து சார்லி ஏதோ நல்ல அபிப்பிராயம் சொல்லியிருந்தார். அதை அமெரிக்கப் பத்திரிகைகள் சர்ச்சை செய்தன. வேள்ட் பீஸ் கெஜன்சில் சார்லிக்கு விருதளித்துக் கௌரவித்தது. இதுவும் விவாதத்திற்கிடமாயிற்று. அந்தக் கட்டத்தில் பிரிட்டனில் சார்லி, சோவியத் தலைவர்களான குருஷ்சேவையும், புல்கானினையும் சந்தித்தார். இதுவும் விமர்சனத்திற்கு உள்ளானது.

இங்கிலாந்தில் உள்ள உலகப் புகழ்பெற்ற பல்கலைக்கழகமான ஆக்ஸ்போர்ட் பல்கலைக்கழகம் சார்லி சாப்ளினுக்கு 1962 ஆம் ஆண்டில் டாக்டர் பட்டம் (மேன் ஆஃப் லெட்டர்ஸ்) அளித்துக் கௌரவித்தது. அதே பல்கலைக்கழகத்தில் பெரும் பதவி வகிக்கும் ஒரு அறிஞர் இதையறிந்து கடுங்கோபம்கொண்டார். "பெரும் அறிஞர்களுக்குக் கொடுக்கப்படும் இந்த டாக்டர் பட்டத்தை, சினிமாவில் கோமாளி வேடம் போடும் ஒருவனுக்குக் கொடுப்பதா?" என்று கேள்வி எழுப்பினார் அவர்.

சார்லிக்கு அழைப்புக் கடிதம் கிடைத்தது. அந்த மரியாதையை ஏற்றுக்கொள்வது என்று அவர் முடிவு செய்தார். சார்லி பயணம் செய்துகொண்டிருக்கும்போதெல்லாம், அந்த அறிஞர் எழுப்பிய கேள்விதான் அவர் மனதில் சஞ்சலத்தை ஏற்படுத்தியது.

ஆக்ஸ்போர்ட் பல்கலைக்கழகத்தில் மிகச் சிறந்த கல்வியாளர்கள் கூடியிருந்தார்கள். சார்லிக்கு டாக்டர் பட்டம் வழங்கிய பிறகு ஏதேனும் சில வார்த்தைகள் பேசும்படி அவரை அழைத்தார்கள். ட்ரவர் ரோப்பர் என்ற அறிஞரும் அந்தச் சபையில் இருந்தார். அவர்தான் சார்லிக்கு பட்டம் கொடுக்கக் கூடாது என்று விமர்சித்தவர். அவரைக் கண்டுகொள்ளாமல் சார்லி தன் உரையைத் தொடங்கினார்:

"வெறும் ஒரு கோமாளிக்கு இந்த உயர்வான பட்டம் கொடுக்க முடிவு செய்ததை மிகவும் ஏளனம் செய்யும் சில கனவான்களும் இந்த சபையில் இருக்கிறார்கள் என்று எனக்குத் தெரியும். சரிதான். வெறும் ஒரு கோமாளி, எழுத்துகளின் அதிபராக ஆவது எப்படி? மென் ஆஃப் லெட்டர்ஸ் என்னும் இந்தப் பிரயோகத்திற்குப் பல அர்த்தங்கள் உண்டு. மென் ஆஃப் லெட்டர்ஸ் என்று போஸ்ட்மேனையும் அழைக்கலாம். ஒரு நகைச்சுவை நடிகனை ஒருபோதும் அப்படி அழைக்கக் கூடாது என்று எனக்குத் தெரியும். இந்தப் பெரும் அறிஞர் பெருமக்களுக்கிடையில் நான் தகுதியானவன் அல்லதான். ஆயினும், அழகைப் பற்றி இரண்டு வார்த்தை பேசுவதற்கான தகுதி எனக்கு உண்டு என்று நான் நம்புகிறேன். காரணம், அழகு என்பது தனிப்பட்ட ரசனை அல்ல. யாராலும் அதைப் பற்றி ஏதாவது பேச முடியும்."

"அழகைப் பற்றிச் சொன்னால், ஒரு குப்பைத் தொட்டிக்குக்கூட அதனுடையதான அழகு இருக்கிறது என்று நான் கருதுகிறேன். ரோஜாப்பூவுக்கும் உண்டு அழகு, சாக்கடையில் மிதந்து போகும் ரோஜா இதழுக்கு அதனுடையதான அழகு உண்டு.

ஒரு கோமாளியின் வெளிப்பாட்டிலும் அழகு துடித்து நிற்பதுண்டு..."

1964 ஆம் ஆண்டில் சார்லி சாப்ளின் எழுதிய "மை ஆட்டோ பயோகிராபி" வெளிவந்தது. 1965 ஆம் ஆண்டு, அண்ணன் ஸிட்னி இறந்தார். "எ கிங் இன் நியுயார்க்" என்னும் தலைப்பில் 1957ஆம் ஆண்டு வெளிவந்த படமும், "எ கெளண்ட்ஸ் ஃப்ரம் ஹாங்காங்" என்னும் தலைப்பில் 1966ஆம் ஆண்டு வெளிவந்த படமும் சார்லி சாப்ளினுடைய இறுதிப் படங்களாகும். எ கிங் இன் நியுயார்க் படத்தின் கதை வெளிநாட்டு வாழ்க்கையையும், அணுகுண்டையும் பற்றியது. எ கெளண்ட்ஸ் ஃப்ரம் ஹாங்காங்கில், உலகப் புகழ் பெற்ற நடிகர் மார்லன் பிராண்டோ முக்கியமான பாத்திரம் ஏற்று நடித்தார். சார்லிக்கு இதில் மிகவும் சிறிய வேடம்தான். கடைசிக் காட்சியில் அவர் எதுவும் பேசுவதில்லை. அப்படி, மௌனப் படத்தின் வழியாக, திரையுலகிற்கு மௌனமாக வந்த சார்லி, மௌனமாகவே விடை பெற்றுப் பிரிந்து செல்கிறார். சார்லியைக் குறித்து, 1974ஆம் ஆண்டு பார்ட்டஸ்கனீடர் என்பவர் எடுத்த படம்தான் "தி ஜென்டிமேன் டிராம்ப்". இதற்கு இசையமைக்கும் பொறுப்பை சார்லி சாப்ளின் ஏற்றுக்கொண்டார். 1968ஆம் ஆண்டு மகன் சாப்ளின் ஜூனியர்

சாப்ளின்

எதிர்பாராத வகையில் மரணமடைந்தார். இதன் காரணத்தால் சார்லி கடும் மனவேதனைக்கு ஆட்பட்டார். அவர் மகன் ஜூனியர் சாப்ளினுக்கு தான் ஒரு பெரிய நடிகனாக ஆக வேண்டும் என்பதுதான் வாழ்க்கை லட்சியமாக இருந்தது. ஆனால், அந்த லட்சியம் நிறைவேறும் முன்பே அவர் விடைபெற்றுவிட்டார். அதற்கிடையில், தன் மகள்கள் நடிப்பதற்கு வாய்ப்பை உருவாக்குவதற்காகத் தொடங்கிய ஒரு சினிமாவின் தயாரிப்பு வேலைகளையும் அவர் நிறுத்தினார். விரைவிலேயே அவர்களுக்குத் திருமணம் செய்துவைத்தார். சார்லியின் மகன் ஸிட்னி மட்டும் நடிப்புலகில் ஒருவிதமாகத் தாக்குப்பிடித்து நின்றான்.

1971ஆம் ஆண்டு, கானா திரைப்பட விழாவில் சார்லி மிகவும் சிறப்பாகக் கௌரவிக்கப்பட்டார். அதன் பிறகு அமெரிக்காவில் உள்ள திரைப்பட - அறிவியல் - கலைப் பேரவையும், ஒரு திரைப்படச் சங்கமும் இணைந்து தன்னைக் கௌரவிக்க விரும்பும் செய்தி சார்லிக்குக் கிடைத்தது. சார்லிக்கு இதில் மறுப்பேதும் இல்லை. அமெரிக்காவுக்குள் நுழையக் கூடாது என்னும் உத்தரவு காலாவதியாகி வருடக்கணக்காகிறது. ஆனால் மறுத்து ஒதுக்கிய அமெரிக்காவுக்கு அவர் வருவாரா என்ற சந்தேகம் நிகழ்ச்சி அமைப்பாளர்களுக்கு இருந்தது. ஆனால் சார்லி எல்லாவற்றையும் மறப்பதற்கும் பொறுப்பதற்கும் தயாராக இருந்தார். எது வந்தாலும், தன்னை வளர்த்து ஆளாக்கிய அமெரிக்க மக்கள் அழைக்கும்போது போகாமல் இருக்கக்கூடாது என்று நினைத்தார் அவர்.

1972 ஆம் ஆண்டு ஏப்ரல் மூன்றாம் நாள், சார்லி தன் மனைவி ஊனாவுடன் அமெரிக்காவுக்குச் சென்றார். அங்கே அவர் மிகமிகவும் அற்புதமான வகையில் வரவேற்கப்பட்டார். அமெரிக்கப் பத்திரிகைகளும், அமெரிக்க அரசாங்கமும் முன்னர் செய்த தவறுகளுக்கு, அமெரிக்க மக்கள் இந்த வகையில் அந்த அதிசயமான கலைஞனிடம் மன்னிப்புக் கேட்டுக்கொண்டனர்.

அந்த விழாவில் "தி கிட்" மற்றும் "தி ஐடியல் கிளாஸ்" என்னும் சார்லியின் இரண்டு படங்கள் திரையிடப்பட்டன. கடைசியில் சார்லி எழுந்தபோது, "சார்லி, சார்லி" என்னும் தாளகதியுடைய முழக்கம் எங்கும் ஓங்கி எழுந்தது. சார்லியைப் பார்த்துப் பரவசம் தாங்காத மக்கள் இடைவிடாமல் கை தட்டினார்கள். நிறைய பேர் அழுதார்கள். அதைப் பார்த்து சார்லியும் கண்ணீர் சிந்தினார். அவருக்குப் பக்கத்தில் இருந்த புகழ் பெற்ற நாடகாசிரியர் நார்மன் மெய்லரும் அழுதார். அந்த அரங்கம் முழுதுமே ஒரு நல்ல கலைஞன் மீது கொண்ட தூய அன்பை கண்ணீராக வெளிப்படுத்திக்கொண்டிருந்தது. "இது என் உயிர்த்தெழுதல்!" என்று சார்லி சொன்னார். "நான் மீண்டும் பிறந்திருக்கிறேன்!"

1975ஆம் ஆண்டு ஜூன் மாதம், பிரிட்டிஷ் அரசு சார்லிக்கு "சர்" பட்டம் அளித்துக் கௌரவித்தார்கள்.

1977ஆம் ஆண்டு டிசம்பர் மாதம், கிறிஸ்துமஸ் நாளின்போது மாலைநேரத்தில் அந்த உலகப்பெரும் கலைஞர் இயற்கையுடன் கலந்தார்.

சார்லி சாப்ளின் யாராக இருந்தார்?

மனோ தத்துவ அறிஞர்களின் பார்வையில் : மிகவும் தன்னம்பிக்கை அற்ற, உணர்வுச் சமநிலை இல்லாத, நிறைய நெருக்கடிகளை அனுபவித்து வாழ்ந்த, மிகவும் சிறிய உடல் அமைப்புகொண்ட ஒரு பாவப்பட்ட மனிதன்!

ரசிகர்களின் பார்வையில் : இந்த உலகம் உள்ள வரையில் நிலை நிற்கும் தலைசிறந்த திரைப்படங்களை உருவாக்கியவர். சினிமாவின் அனைத்துப் பிரிவுகளிலும் மிகவும் நுட்பமான திறமை பெற்ற மேதை!

எதிரிகளின் பார்வையில் : ஆணவக்காரன், ராஜ துரோகி, கம்யூனிஸ்ட் தீவிரவாதி!

மனிதனின் திறமையிலும், அவனது எல்லையற்ற சாத்தியப்பாட்டிலும் என்றும் நம்பிக்கை வைத்திருந்த நன்மையின் அரிய மனிதர்தான் சார்லி சாப்ளின்!

ஒரு மனிதனால், சேற்றுப் பள்ளத்திலிருந்து விண்ணளவு உயர முடியும் என்று தன் வாழ்க்கையின் மூலம் நிரூபித்தவர் சார்லி சாப்ளின்!

1889 - ஏப்ரல் மாதம் 16\ஆம் நாள் சார்லி சாப்ளின் லண்டனில் உள்ள வால்வர்த் என்னும் இடத்தில் பிறந்தார்.

1894 - ஐந்து வயதுச் சிறுவனான சார்லி முதன் முறையாக நாடகத்தில் நடித்தான்.

1896 - சார்லியும், சகோதரன் ஸிட்னியும் ஹால்வெல் பள்ளியில் சேர்ந்தார்கள்.

1903 - ஷெர்லக் ஹோம்ஸ் நாடகத்தில் சார்லி நடித்தார்.

1910 - அமெரிக்கா சென்றார்.

1913 - ஹாலிவுட்டில் உள்ள "கீஸ்டோன் கம்பெனி"யில் சேர்ந்தார்.

1914 - பிப்ரவரியில் சார்லி சாப்ளின் நடித்த "மேக்கிங் எ லிவிங்" என்னும் முதலாவது படம் வெளிவந்தது.

1915 - ஏப்ரலில் "தி டிராம்ப்" வெளிவந்தது.

1916 - "மியூச்சுவல் பிலிம் கார்ப்பரேஷ்" னுடன் ஒப்பந்தம் செய்து கொண்டு பத்துப் படங்கள் தயாரித்தார்.

1917 - ஜூனில், "தி எமிக்ரன்ட்" என்னும் படத்தை வெளியிட்டார்.

1918 - மில்ட்ரட் ஹாரிஸ் என்னும் பெண்ணை மணம் புரிந்துகொண்டார்.

1919 - "யுனைட்டட் ஆர்ட்டிஸ்ட் கார்ப்பரேஷன்" என்னும் சினிமா கம்பெனியை உருவாக்கினார்.

1920 - மில்ட்ரட்டை விவாகரத்து செய்தார்.

1921 - "தி கிட்" என்னும் திரைப்படத்தை வெளியிட்டார்.

1924 - லிடாக்ரெ எனும் பெண்ணை மணம் புரிந்துகொண்டார்.

1925 - "தி கோல்ட் ரஷ்" என்னும் படத்தை வெளியிட்டார்.

1927 - லிடாக்ரெவை விவாகரத்து செய்தார்.

1930 - பேசும்படங்கள் தோன்றின.

1936 - பௌலட்கொடாஸ் எனும் பெண்ணை மணம் புரிந்துகொண்டார்.

1938 - "தி கிரேட் டிக்டேட்டர்" என்னும் படத்தின் தயாரிப்பு வேலை தொடங்கியது.

1940 - "தி கிரேட் டிக்டேட்டர்" வெளிவந்தது. சார்லியின் முழுநீள பேசும்படம் இது.

1942 - பௌலட் கொடாஸை விவாகரத்து செய்தார்.

1943 - அமெரிக்காவுக்கு விரோதமாகச் செயல்பட்டதாக அவர் மீது குற்றம் சுமத்தப்பட்டது. அவர் ஒரு கம்யூனிஸ்ட் என்றும் முத்திரை குத்தப்பட்டார்.

1952 - அமெரிக்காவிலிருந்து வெளியேற்றப்பட்டார்.

1953 - ஜனவரி மாதம் குடும்பத்துடன் சுவிட்சர்லாந்துக்குக் குடிபெயர்ந்தார்.

1954 - உலக சமாதான கவுன்சில் விருது பெற்றார்.

1962 - இங்கிலாந்தில் உள்ள ஆக்ஸ்போர்ட் மற்றும் தர்ஹாம் பல்கலைக் கழகங்களிலிருந்து கௌரவ டாக்டர் பட்டம் பெற்றார்.

1964 - தன் சுயவரலாற்று நூலை வெளியிட்டார்.

1965 –   அண்ணன் ஸிட்னி மறைந்தார்.

1972 –   சார்லிக்கு அமெரிக்காவில் மாபெரும் வரவேற்பு அளிக்கப்பட்டது.

1975 –   பிரிட்டிஷ் ராணி, அவருக்கு "சர்" பட்டம் வழங்கிக் கௌரவித்தார்.

1977 –   டிசம்பர் 25\ஆம் நாள் தன் 88\ஆம் வயதில் சார்லி சாப்ளின் மறைந்தார்.